베트남어 연습 ❸

베트남어 연습 3

송정남 · 응우옌 반푹 · 응우옌 티퇸 · 박연관 지음

HUiNE

베트남어
연습 ❸

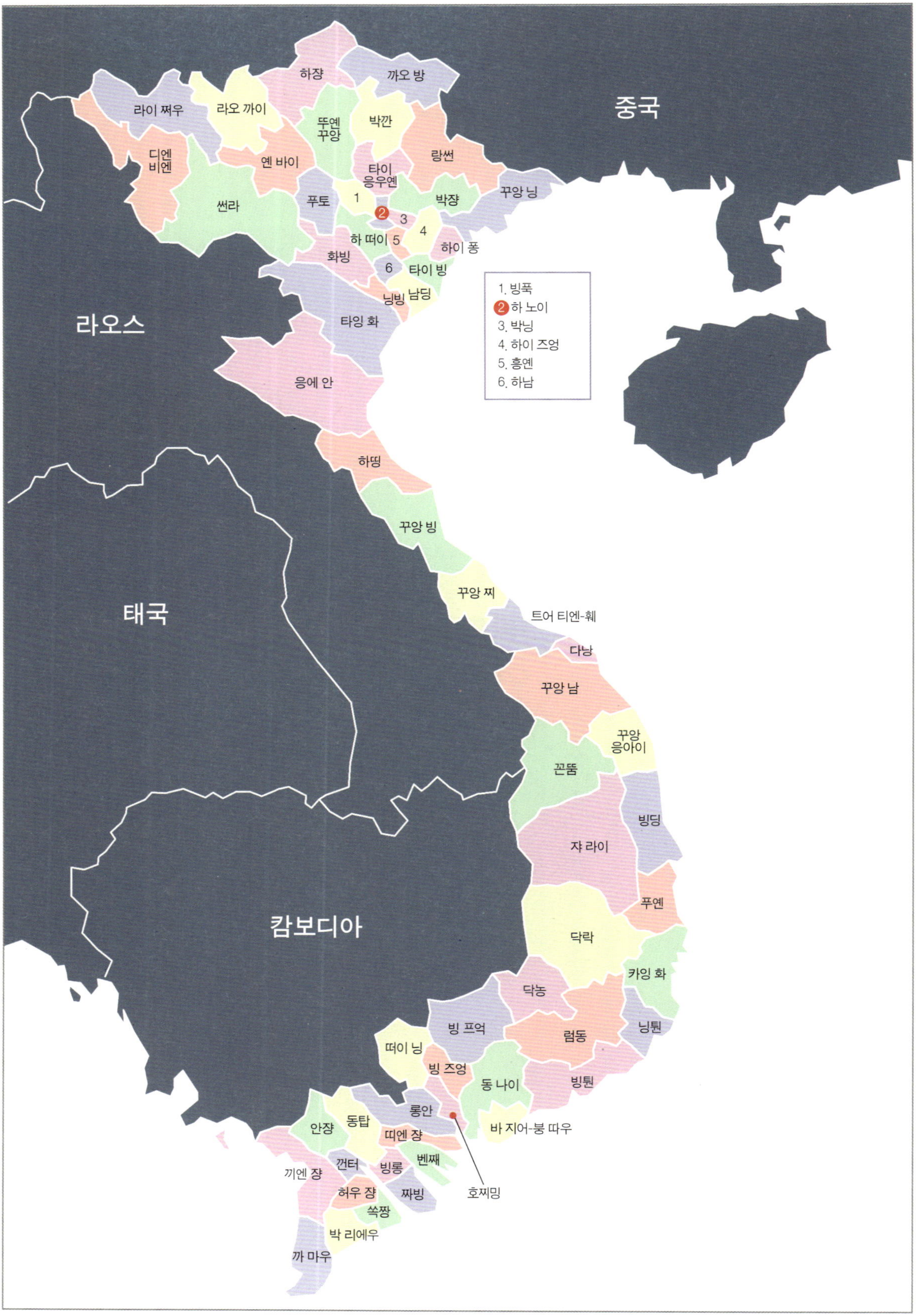
중국
라오스
태국
캄보디아
하장
까오 방
라이 쩌우
라오 까이
뚜옌 꾸앙
박깐
랑썬
디엔 비엔
옌 바이
타이 응우옌
썬라
푸토
박장
꾸앙 닝
하 떠이
하이 퐁
화빙
타이 빙
닝빙
남딩
타잉 화
응에 안
하띵
꾸앙 빙
꾸앙 찌
트어 티엔-훼
다낭
꾸앙 남
꾸앙 응아이
꼰뚬
빙딩
쟈 라이
푸옌
닥락
카잉 화
닥농
빙 프억
럼동
닝퉌
떠이 닝
빙 즈엉
동 나이
빙퉌
롱안
바 지어-붕 따우
호찌밍
안장
동탑
띠엔 장
끼엔 장
껀터
빙롱
벤째
허우 장
짜빙
쏙짱
박 리에우
까 마우
1. 빙푹
2 하 노이
3. 박닝
4. 하이 즈엉
5. 흥옌
6. 하남

동남아시아 지도

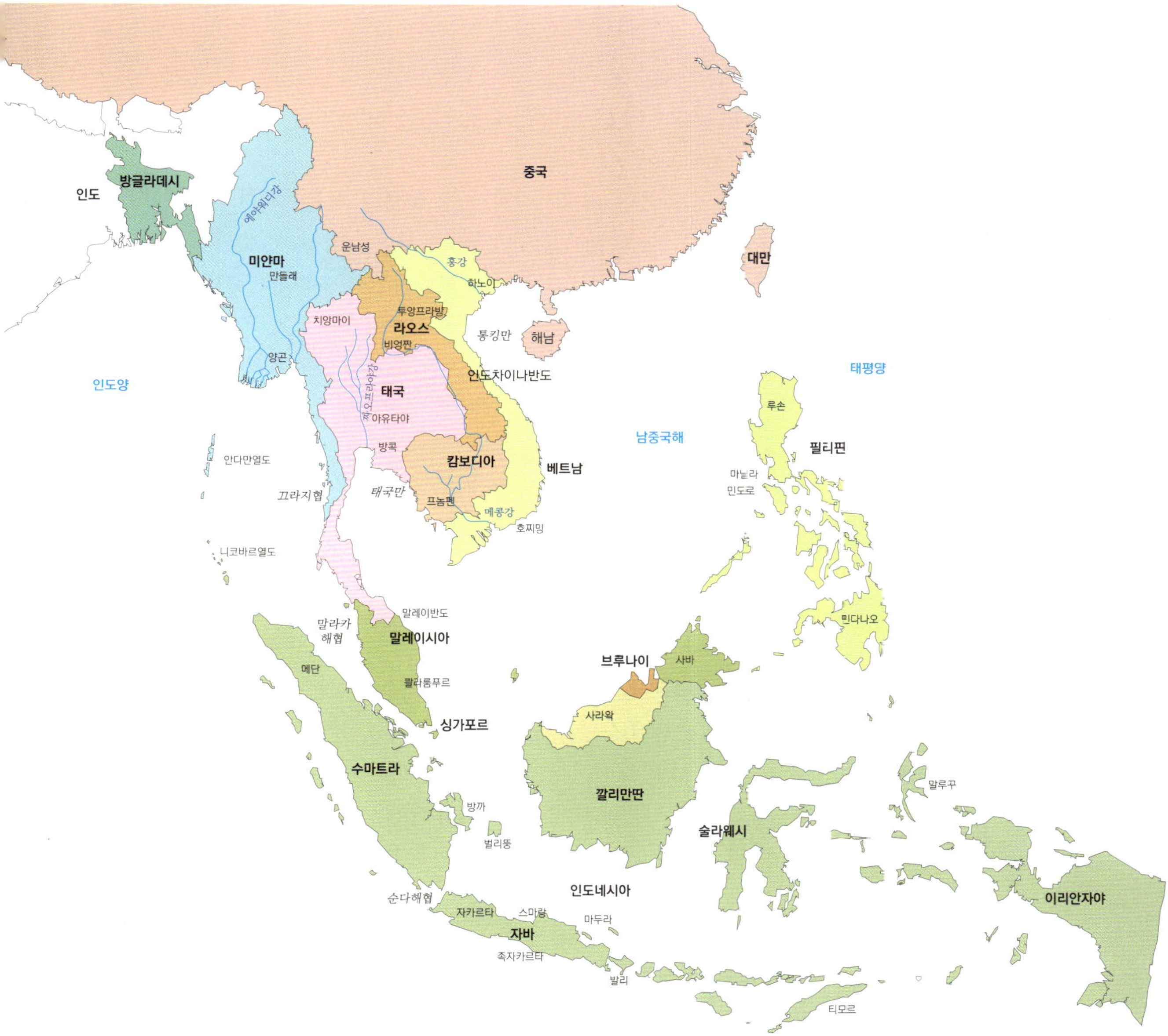
중국
인도
방글라데시
에야와디강
미얀마
만들래
운남성
홍강
하노이
대만
치앙마이
루앙프라방
라오스
비엉짠
통킹만
해남
양곤
인도차이나반도
태평양
인도양
태국
짜오프라야강
아유타야
루손
남중국해
방콕
캄보디아
필리핀
안다만열도
베트남
마닐라
민도로
끄라지협
태국만
프놈펜
메콩강
호찌밍
니코바르열도
말레이반도
말라카
해협
말레이시아
민다나오
브루나이
사바
메단
콸라룸푸르
싱가포르
사라왁
수마트라
말루꾸
깔리만딴
방까
술라웨시
벌리뚱
인도네시아
순다해협
이리안자야
자카르타
스마랑
마두라
자바
족자카르타
발리
티모르

머리말

베트남의 북남 통일 이후 한국과 베트남 수교는 금년이 28년째이다. 그러나 좀 더 정확한 양국의 수교 기간은 이보다 훨씬 긴 65년이다. 베트남의 통일 이전인 1955년에 우리는 남베트남과 수교를 맺었기 때문이다.

양국의 교류사는 그리 평범하지 않았다. 우리와 베트남은 국토가 자본주의와 사회주의라는 두 지역으로 분단됐었기 때문에 남한은 남월(南越)과 북한은 북월(北越)과 각각 수교를 맺을 수밖에 없었다. 1964년부터 베트남 전쟁이 발발하면서 우리는 전쟁의 특수를 노려 많은 한국군을 베트남에 파병했었다. 그러나 분단된 베트남이 공산화 통일이 되면서 우리와 베트남은 수교를 맺기 1992년 12월 22일까지 교류가 단절되었다. 하지만 냉전의 해체 기류를 타고 베트남이 개방 · 개혁정책을 추진하면서 우리는 베트남과 교류를 갖게 되었다. 이제는 경제특수를 위한 교류였다.

경제 성장을 목적한 도이 머이(đổi mới)였기 때문에 베트남도 우리와의 교류에 적극적이었다. 여기에는 몇 가지 특별한 공통분모가 작용했기 때문이다. 그것은 경제 외에 양국의 비슷한 역사, 문화, 사회 등이다. 이 같은 공통분모와 함께 양국은 지난 65년의 교류 속에서 서로를 잘 안다는 자신감이다. 그리고 우리가 값싸고 질 좋은 노동시장이 필요했다면, 베트남은 우리의 투자와 성공 노하우가 필요했다.

베트남은 지리적으로 동남아시아에 속하더라도 문명과 문화면에서는 동북아시아에 속한다. 전통 시대부터 지금까지 중국의 문명과 문화권 안에서 성장 발전해왔기 때문이다. 따라서 베트남은 역사, 문화, 사회 등에서 우리와 매우 유사하다. 다양한 공통분모는 수교 28년 기간에 베트남 누적 투자 1위, 수출입 1,000억 달러, 양국 교류민 40만 명, 투자 기업 1만 개, 작년 한국인 베트남 관광 400만 명의 결과를 가져왔다.

"베트남어 연습"은 문법 · 작문 · 강독의 "베트남어(1, 2, 3)"와 "베트남어 회화(1, 2, 3)"에 이어 쓰여졌다. "베트남어 연습"은 "베트남어"와 "베트남어 회화" 교재를 배운 학습자의 베트남어 연습을 위해 집필되었다. 이처럼 체계화된 베트남어 학습을 목표로 쓰여진 교재는 국내외에 아직 없다. 이 과정을 거친 학습자는 베트남 현지에서 베트남어 실습을 하면 된다. 물론 베트남어 실습은 여건이 마련된다면 국내외의 어디든 가능하다.

"베트남어 연습" 역시 "베트남어 연습 1", "베트남어 연습 2", "베트남어 연습 3"의 형태로 집필되었다. 초급, 중급, 고급 과정의 형태로 구성된 "베트남어 연습"은 한국과 베트남에서 내외국인을 대상으로 대학에서 수십 년간 베트남어와 베트남학을 연구하며 강의하고 있는 교수들로 쓰여졌다.

이 교재는 해당 과에서 알아둬야 할 문장, 회화, 상황을 가정한 회화 연습, 내용 이해를 점검하기 위한 연습문제, 독해 등으로 구성되었다. 학습자의 보다 빠른 현실감각을 촉발시키기 위해 많은 삽화를 삽입하였다. 교재의 마지막 부분에는 학습자의 연습문제 풀이 확인을 위한 답안을 넣었다.

이번에 출판되는 "베트남어 연습"이 국내의 베트남어를 배우려는 모든 이들에게 크게 도움이 됐으면 한다. 초판이라 완벽할 수는 없다. 미흡한 부분들은 학습자들의 비평과 충고를 받아들여 차후에 수정 · 보완할 예정이다.

2020년 2월

집필자들을 대표하여 송정남

Contents

Bài 1

NGƯỜI VIỆT NAM Ở NƯỚC NGOÀI

Chúng tôi đều là người Việt Nam!

NHỮNG CÂU CẦN NHỚ

A

Gia đình ông bà định cư ở nước ngoài bao nhiêu năm rồi?
Gia đình chúng tôi định cư ở nước ngoài gần 50 năm rồi.
Gia đình ông di cư sang nước ngoài từ bao giờ? (năm nào?)
Chị đã nhập quốc tịch nước sở tại chưa?
Các anh các chị ấy là người Mỹ (Pháp, Thái, Hàn…) gốc Việt thế hệ thứ mấy?
Họ là người gốc Việt thế hệ thứ ba.
Ông còn giữ quốc tịch Việt Nam không?
Ông bà còn gia đình, họ hàng sống ở Việt Nam không?
Ông bà có hay về thăm Việt Nam không?
Ông bà có đầu tư, kinh doanh ở Việt Nam không?

B

Anh ấy có mẹ là người Việt, bố là người Mỹ.

Mẹ anh ấy là người Việt còn bố là người Mỹ.

Anh ấy là người Mỹ gốc Việt

Họ là Kiều bào về thăm quê.

Dù có quốc tịch Việt Nam hay không, người Việt ở nước ngoài vẫn là người Việt Nam.

Mặc dù định cư ở nước ngoài từ lâu nhưng con cái họ vẫn nói tiếng Việt.

Dù sống xa Tổ quốc nhưng họ vẫn luôn nhớ về quê hương, đất nước.

Tiếng Việt vẫn được dùng hàng ngày tại nhiều gia đình người Việt ở nước ngoai.

Trong các gia đình Kiều bào, văn hóa Việt Nam vẫn được duy trì và gìn giữ.

Cả gia đình họ đã sống ở nước ngoài nhiều năm nhưng vẫn mang quốc tịch Việt Nam.

C

Hiện nay, người Việt đã có mặt ở nhiều nước trên khắp các châu lục.

Anh có biết trên thế giới cộng đồng người Việt ở nước nào đông nhất không?

Ở nước nào có số lượng người Việt nhiều nhất không?

Cộng đồng người Việt ở Mỹ là cộng đồng lớn nhất.

Số lượng người Việt định cư ở Mỹ nhiều nhất.

Theo anh, cộng đồng người Việt ớ Hàn Quốc như thế nào?

Chị thấy cộng đồng người Việt ớ Hàn Quốc như thế nào?

Cộng đồng người Việt ở Hàn Quốc có phải là một cộng đồng thành đạt không?

TỪ VỰNG 1 (어휘 1)

định cư	(定居) 정착하다	quốc tịch	(國籍) 국적
di cư	(移居) 이주하다	nhập	(入) 받다
họ hàng	친척	gốc Việt	베트남계
quê hương	고향, 고국	duy trì	(維持) 유지하다
gìn giữ	지키다, 보존하다	có mặt, hiện diện	(現面) 출석하다
đầu tư	(投資) 투자하다	Tổ quốc	(祖國) 조국, 모국
con cái	자녀	cộng đồng	(共同) 공동의
mang (quốc tịch)	(국적) 가지다		

HỘI THOẠI

A

(Phỏng vấn ông Việt, từ Ủy ban Nhà nước về người Việt Nam ở nước ngoài)

Phóng viên: Thưa ông, nhiều bạn đọc thắc mắc, không hiểu cụm từ "người Việt Nam ở nước ngoài" và từ "Việt kiều" có gì khác nhau không ạ?

Ông Việt: Ồ, có khác chứ! Nói một cách đơn giản thì "Việt kiều" là "người Việt Nam ở nước ngoài" nhưng không phải "người Việt Nam ở nước ngoài" nào cũng là Việt kiều,

Phóng viên: ……?

Ông Việt: Định nghĩa đây: "Việt kiều là thuật ngữ để chỉ người Việt định cư bên ngoài lãnh thổ Việt Nam, họ có thể đang mang quốc tịch Việt Nam hoặc/và quốc tịch của nước sở tại"

Phóng viên: Còn, "người Việt Nam ở nước ngoài" có thể bao gồm cả những người Việt đang sinh sống, học tập, làm việc ở nước ngoài nhưng không định cư ở đó, phải không ạ?

Ông Việt: Chính xác!

Phóng viên: Dạ, thế còn "*Kiều bào*" thì sao ạ? Thay vì viết *Việt kiều,* báo chí hay viết, ví dụ như: Kiều bào về thăm quê… ạ.

Ông Việt: À, như chị đã biết đấy, người Việt tin rằng mọi người dân Việt đều có cùng tổ tiên, cùng một mẹ sinh ra, là đồng bào của nhau. Vậy nên kiều bào là cách gọi những người đồng bào của minh đang sinh sống ở nước ngoài. Cách gọi này thể hiện tình cảm của người trong nước với những người anh em cùng chung nguồn cội.

Phóng viên: Vậy, ông có thể cho biết thêm về chính sách của nhà nước Việt Nam đối với "người Việt Nam ở nước ngoài" không ạ?

Ông Việt: Vâng. Từ năm 2014, nhà nước Việt Nam đã chính thức coi Kiều bào, những người Việt Nam sinh ra hoặc đang sống ở nước ngoài, là một phần không thể tách rời của đất nước. Từ 2017, Việt Nam đã miễn thị thực cho những người chứng minh được nguồn gốc Việt Nam của mình. Hiện nay, Kiều bào được ưu đãi thuế, được quyền sở hữu nhà và kinh doanh trong nước, ⋯

B

Hiện nay ngày càng có nhiều Kiều bào, đặc biệt là Kiều bào thế hệ thứ hai, thứ ba, trở về Việt Nam khởi nghiệp và sinh sống ở Việt Nam. Dưới đây là trích đoạn một cuộc trò chuyện giữa phóng viên báo Tuổi Trẻ với một người trong số họ

Phóng viên: Chào bạn. Bạn có thể giới thiệu một chút về bản thân được không?

Hoàng Trần: Tôi là Hoàng Trần. Tôi 27 tuổi. Tôi là người Mỹ gốc Việt. Tôi sinh ra ở Hoa Kỳ và giờ đang sống ở thành phố Hồ Chí Minh. Bố mẹ tôi sinh ra ở Việt Nam. Họ đến Hoa Kỳ 50 năm trước.

Phóng viên: Bạn đến Việt Nam lần đầu tiên khi nào?

Hoàng Trần: Đó là khi tôi 19 tuổi.

Phóng viên: Bạn là một người đồng sáng lập ra tạp chí Việt Nam Mới. Vậy mục đích của Việt Nam Mới là gì?

Hoàng Trần: Việt Nam Mới là một tạp chí để chia sẻ những câu chuyện về 'Việt Nam hôm nay với những thứ tích cực hơn, thú vị hơn. Bởi vì, chúng tôi đều nhận thấy là thực tế có nhiều điều thú vị về Việt Nam hơn là những gì đang được đăng tải trên mạng.

Phóng viên: Lợi nhuận có phải là mục tiêu quan trọng nhất khi các ban sáng lập Việt Nam Mới không?

Hoàng Trần: Ban đầu, khi chúng tôi thành lập tạp chí thì chúng tôi cũng muốn tìm kiếm lợi nhuận, ít ra đủ để tồn tại. Nhưng, với cá nhân tôi thì mục tiêu chính là muốn được gặp gỡ nhiều người ở nhiều lĩnh vực khác nhau.

Phóng viên: Công ty của bạn có khá nhiều bạn trẻ Việt Nam. Bạn có cảm nhận gì về họ?

Hoàng Trần: Họ thích ứng khá nhanh, ham học hỏi và rất kỷ luật. Họ rất tích cực, và năng động nữa.

Phóng viên: Bạn đã khi nào cảm thấy hối tiếc về quyết định trở về Việt Nam khởi nghiệp chưa?

Hoàng Trần: Chưa, và …. tôi chắc là sẽ … không. Chúng tôi hiện nay được lựa chọn quay về để làm điều gì đó, bất cứ điều gì, theo cách của chúng tôi để thúc đẩy sự phát triển của đất nước này. Hơn nữa, tôi nghĩ cuộc sống ở Việt Nam phù hợp với mối quan tâm sự nghiệp của tôi. Về cá nhân thì tôi thấy ở đây vui hơn….

TỪ VỰNG 2 (어휘 2)

thắc mắc	궁금하다	**cụm từ**	구절
ít ra	적어도	**Việt kiều**	(越僑) 베트남 교포
Kiều bào	(僑胞) 교포, 교민	**thuật ngữ**	(術語) 용어
thay vì	대신에	**như anh (chị, ông, bà…) biết đấy,**	...가 아시다시피
nguồn cội	출신, 근원	**ưu đãi**	(優待) 우대
thị thực	비자	**thuế**	(稅) 세금
khởi nghiệp	(起業) 창업하다	**dạng**	(樣) 모형, 형태
đồng sáng lập	(同創立) 공동 설립자	**trích đoạn**	(摘斷) 인용
bất cứ	...이든지 모두	**năng động**	(能動) 능동적인
đăng tải	(登載) 싣다, 등재하다	**kỷ luật**	(紀律) 질서
thích ứng	(適應) 적응하다	**ham (học hỏi)**	(학습하길) 매우 좋아하다
hối tiếc	유감되다, 후회하다	**thúc đẩy**	추진하다, 촉진하다
lợi nhuận	(利潤) 이윤	**sự nghiệp**	(事業) 사업
nói một cách đơn giản cá nhân tôi (anh ấy…) thì			간단하게 말하자면

LUYỆN NÓI

I. Dựa vào nội dung các hội thoại, lựa chọn thông tin đúng

1. Theo hội thoại A, Việt kiều là ______.

① người Việt Nam ở nước ngoài

② người Việt Nam định cư ở nước ngoài

③ người Việt Nam làm việc ở nước ngoài

2. Theo hội thoại A ______.

① người Việt Nam nào sống ở nước ngoài cũng là Việt kiều

② Việt kiều nào cũng là người Việt Nam ở nước ngoài

③ Việt kiều nào cũng không còn mang quốc tịch Việt Nam

3. Theo hội thoại A, Việt kiều được phép ______.

① miễn thị thực

② sở hữu nhà ở Việt Nam

③ cả hai đáp án trên

4. Theo hội thoại B, Hoàng Trần là ______.

① người Mỹ gốc Việt nhưng sinh ra ở Việt Nam

② người Mỹ gốc Việt, sinh ra ở Mỹ

③ một sinh viên người Mỹ gốc Việt

5. Theo hội thoại B, Hoàng Trần về Việt Nam để ________.

① khởi nghiệp

② học tập

③ du lịch

6. Theo hội thoại B, Hoàng Trần nghĩ người trẻ Việt Nam ________.

① năng động, kỷ luật

② tích cực, ham học hỏi

③ cả hai đáp án trên

II. Chọn từ ngữ thích hợp điền vào chỗ trống trong những câu sau

1. ________, xin cám ơn ông đã nhận lời tham gia cuộc phỏng vấn này

① Lúc đầu

② Lần đầu tiên

③ Trước hết

2. Thực ra anh ấy là người tốt, ________ chúng tôi đã không tin anh ấy vì đã hiểu lầm anh ấy khi gặp anh ấy ________.

① lúc đầu; lần đầu tiên

② lần đầu tiên; trước hết

③ trước hết; lúc đầu

3. Việt kiều cũng được coi là người Việt Nam, đúng …?

- Đúng ________.

① à; đấy

② không; đấy

③ nhỉ; chứ

4. Để thể hiện tình cảm thân thiết, người Việt Nam thường dùng từ ***Kiều bào*** ________ từ ***Việt kiều***.

① thay đổi

② thay thế

③ thay cho

5. Bạn hãy hành động nhiều hơn ________ chỉ nói suông.

① thay vì

② thay đổi

③ thay thế

6. Chúng tôi nhận thấy người trẻ Việt Nam ngày nay rất ________.

① hoạt động

② năng động

③ năng lực

III. Chọn từ ngữ thích hợp, gần nghĩa (hoặc tương đương) với từ ngữ in đậm, gạch dưới trong những câu dưới đây

1. Ban đầu, khi chúng tôi thành lập tạp chí thì chúng tôi cũng muốn kiếm lợi nhuận, ít ra đủ để tồn tại.

① ít hơn trước

② ít nhất

③ hóa ra là ít

2. Nhưng, cá nhân tôi thì là vì tôi muốn gặp gỡ nhiều người.

① một minh tôi thì

② về phần tôi thì

③ chỉ tôi thì

3. Hơn nữa, tôi nghĩ cuộc sống ở Việt Nam phù hợp vớ mối quan tâm sự nghiệp của tôi.

① Vả lại

② Tuy nhiên

③ Nhiều hơn

4. Về cá nhân thì tôi thấy vui hơn ở đây.

① Cá nhân tôi thì

② Với tư cách cá nhân thì

③ Một mình tôi thì

5. Nhiều bạn đọc thắc mắc, không hiểu cụm từ "***người Việt Nam ở nước ngoài***" và từ "***Việt kiều***" có gì khác nhau

① lo lắng

② băn khoăn

③ bức xúc

6. Họ thích ứng khá nhanh, ham học hỏi và rất kỷ luật

① tham

② rất thích

③ quan tâm

IV. Chọn một cụm từ ngữ có nghĩa tương đương với cụm đã cho dưới đây

1. Một phần không thể tách rời

① Một phần không thể thiếu để tạo nên một chỉnh thể

② Một phần không được chia ra

③ Một phần không thể rời bỏ

2. Nói một cách đơn giản…

① Nói một cách ngắn gọn

② Nói một cách dễ hiểu

③ Nói một cách khác

3. Ý tôi / anh / chị là···

① Tôi / anh / chị muốn nói là···

② Theo ý định của tôi / anh / chị là···

③ Tôi / anh / chị hiểu là···.

4. Như chị và các bạn biết đấy

① Chị và các bạn biết như thế đấy

② Chị và các bạn biết chứ

③ Chị và các bạn (đều) đã biết (là)

5. Nói đúng ra···

① Nói thẳng ra···.

② Nói một cách công bằng···.

③ Nói một cách chính xác···

6. Nói tóm lại···

① Tóm lại···

② Nói một cách đơn giản···

③ Nói cách khác···

V. Căn cứ vào nội dung của những đoạn sau, lựa chọn (những) nhận định đúng

1. ***Từ năm 2014, nhà nước Việt Nam đã chính thức coi Việt kiều, những người Việt Nam sinh ra hoặc đang sống ở nước ngoài, là một phần không thể tách rời của đất nước.***

① Mãi đến năm 2014 những người Việt Nam sinh ra hoặc đang sinh sống ở nước ngoài mới được coi như là người Việt Nam.

② Từ năm 2014 những người Việt Nam sinh ra hoặc đang sinh sống ở nước ngoài cũng là người Việt Nam.

③ Từ năm 2014 những cộng đồng người Việt Nam ở nước được nhà nước Việt Nam chính thức công nhận là một phần của Việt Nam.

2. ***Việt Nam Mới là một dạng tạp chí để chia sẻ, trên mạng, câu chuyện về 'Việt Nam ngày nay với những thứ tích cực hơn, thú vị hơn, bởi vì, có thể nhận thấy là thực tế có nhiều điều thú vị về Việt Nam hơn là những gì đang được đăng tải trên mạng.***

① Việt Nam Mới là một tạp chí được "xuất bản" trên mạng, viết về cuộc sống hiện nay ở Việt Nam.

② Việt Nam Mới viết về Việt Nam một cách tích cực hơn, thú vị hơn so với thực tế.

③ Việt Nam Mới viết về những điều mà người trẻ quan tâm.

3. ***Chúng tôi hiện nay được lựa chọn quay về để làm điều gì đó, bất cứ điều gì, theo cách của chúng tôi để thúc đẩy sự phát triển của đất nước này.***

① Bất cứ điều gì chúng tôi chọn làm khi quay về Việt Nam đều là để thúc đẩy sự phát triển của đất nước này.

② Sự phát triển của Việt Nam thúc đẩy chúng tôi làm bất cứ điều gì.

③ Bất cứ điều gì chúng tôi làm cũng thúc đẩy Việt Nam phát triển được.

4. ***Nhờ làm việc ở Việt Nam Mới mà thế giới quan của tôi bây giờ rộng mở hơn vì tôi đã được gặp gỡ rất nhiều người ở nhiều lĩnh vực***

① Nhờ có cơ hội được gặp gỡ nhiều người hơn mà thế giới quan của tôi đã rộng mở vì tôi hiểu biết về nhiều lĩnh vực hơn.

② Chính Việt Nam Mới đã cho tôi cơ hội gặp gỡ nhiều người thuộc nhiều lĩnh vực, nhờ thế, thế giới quan của tôi được mở rộng hơn.

③ Thế giới quan của tôi rộng mở hơn nên tôi gặp được nhiều người hơn.

5. ***Dù được coi là thành đạt nhanh ở Mỹ và phương Tây, tiềm lực kinh tế của cộng đồng Việt còn hạn chế, thu nhập bình quân đầu người nhìn chung vẫn còn thấp so với mức bình quân của người bản xứ.***

① Cộng đồng Việt thành đạt nhanh ở Mỹ và phương Tây

② So với người bản xứ, sức mạnh kinh tế của cộng đồng Việt còn thấp.

③ Cả hai đáp án trên

6. ***Dù sống ở bất cứ nơi nào trên thế giới, cộng đồng Việt ở nước ngoài luôn duy trì mối quan hệ gần gũi với quê hương đất nước, mong muốn đất nước phát triển và hội nhập quốc tế nhanh chóng***

① Cộng đồng Việt ở bất cứ đâu cũng vẫn giữ quan hệ chặt chẽ với Việt Nam.

② Cộng đồng Việt ở bất cứ đâu cũng mong muốn Việt Nam phát triển.

③ Cả hai đáp án trên

VI. Nói theo ngữ cảnh

1. Trả lời các câu hỏi dưới đây

- Hiện nay có khoảng bao nhiêu nước có người Hàn Quốc sinh sống?
- Cộng đồng Hàn kiều lớn nhất ở quốc gia nào?
- Hàn kiều gìn giữ và duy trì văn hóa, ngôn ngữ Hàn Quốc như thế nào?
- Họ có những đóng góp gì đối với nhân dân và đất nước Hàn Quốc?
- Chính sách của nhà nước Hàn Quốc đối với Hàn kiều như thế nào?
- Và chính sách này có những gì khác với chính sách của các quốc gia khác không?

2. Liên kết các câu trả lời thành đoạn văn nói về cộng đồng người Hàn ở nước ngoài

ĐỌC - HIỂU

I. Đọc bài đọc sau

CỘNG ĐỒNG NGƯỜI VIỆT NAM Ở NƯỚC NGOÀI

Cách đây hàng trăm năm đã có người Việt Nam ra nước ngoài sinh sống. Vào thế kỷ thứ 12 con cháu họ Lý đã sang Hàn Quốc lập nghiệp. Từ thế kỷ 17 có người Việt Nam sang làm ăn tại Campuchia, thế kỷ thứ 18, đầu thế kỷ 19 đã có thêm người Việt sinh sống và làm ăn tại Lào, Thái Lan, Trung Quốc.

Sau chiến tranh thế giới thứ nhất và thứ hai, một số người Việt đi du học, làm công chức tại Pháp hoặc đi lính, đi làm công tại một số thuộc địa của Pháp. Ngoài ra còn có một số người ra đi lánh nạn, kiếm sống, hoặc đi tu nghiệp, du học… ở nước ngoài. Tuy nhiên, trước năm 1975 số lượng người Việt Nam ở nước ngoài không lớn, chỉ khoảng 16 đến 20 vạn người, sinh sống ở 10 nước.

Từ sau năm 1975, đã có sự thay đổi sâu sắc về số lượng, thành phần, tính chất cũng như địa bàn sinh sống của cộng đồng người Việt Nam ở nước ngoài. Vào cuối những năm 1990, số người Việt Nam định cư ở nước ngoài đã lên tới khoảng 2 triệu, chủ yếu ở Mỹ, Úc, Canada, Nhật Bản, các nước Tây và Tây Bắc Âu... Từ sau năm 1980, một số khá đông sinh viên, thực tập sinh và lao động Việt Nam ở các nước xã hội chủ nghĩa như Liên xô, Đông Âu ở lại làm ăn. Những năm gần đây, hàng trăm nghìn người Việt Nam đã ra nước ngoài lao động, học tập, tu nghiệp, đoàn tụ gia đình, hình thành các cộng đồng người Việt Nam tại một số địa bàn mới như Hàn Quốc, Đài Loan, Nhật Bản, Malaysia...Cho đến năm 2018, đã có khoảng 4,5 triệu người Việt Nam sinh sống và làm việc ở gần 90 nước và vùng lãnh thổ, trong đó hơn 80% ở các nước công nghiệp phát triển, nhiều nhất là ở Mỹ.

So với các cộng đồng thiểu số khác, cộng đồng người Việt Nam ở nước ngoài là cộng đồng trẻ, năng động, nhanh chóng hoà nhập. Đa số có xu hướng định cư lâu dài ở nước sở tại, khoảng 80% đã nhập quốc tịch nước cư trú nhưng hầu hết chưa thôi quốc tịch Việt Nam.

Dù được coi là thành đạt nhanh ở Mỹ và phương Tây, tiềm lực kinh tế của cộng đồng còn hạn chế, thu nhập bình quân đầu người nhìn chung vẫn còn thấp so với mức bình quân của người bản xứ. Trong khi đó, tiềm lực trí tuệ của cộng đồng khá lớn, nhất là ở phương Tây, Nga, Đông Âu. Hiện ước tính trong cộng đồng người Việt Nam ở nước ngoài có khoảng 300.000 đến 400.000 người, có trình độ đại học, trên đại học và công nhân kỹ thuật bậc cao, có kiến thức cập nhật về văn hoá, khoa học và công nghệ, về quản lý kinh tế. Đã có nhiều người đạt được vị trí quan trọng trong các viện nghiên cứu, trường đại học, bệnh viện, công ty kinh doanh và các tổ chức quốc tế. Trong những lĩnh vực kinh tế mũi nhọn như tin học, viễn thông, điện tử, vật liệu mới, chế tạo máy, điều khiển học, sinh học, quản lý kinh tế, chứng khoán⋯cũng đã có người từ cộng đồng Việt.

Đáng chú ý là dù sống ở bất cứ nơi nào trên thế giới, cộng đồng luôn duy trì mối quan hệ gần gũi với quê hương đất nước, mong muốn đất nước phát triển và hội nhập quốc tế nhanh chóng. Hiện nay, ngày càng có nhiều Kiều bào có xu hướng trở về nước, không chỉ là thăm thân, mà còn đầu tư kinh doanh, đóng góp rất nhiều cho sự phát triển kinh tế - xã hội của Việt Nam.

Cộng đồng người Việt Nam ở nước ngoài không chỉ đóng góp vào việc xây dựng, phát triển Việt Nam mà còn giúp tăng cường quan hệ quốc tế giữa Việt Nam với các nước trên thế giới.

TỪ VỰNG 3 (어휘 3)

lập nghiệp	(立業) 사업하다	**làm ăn**	생계를 꾸리다
du học	(遊學) 유학하다	**công chức**	(公職) 공직, 공무
làm công	일하다	**đi lính**	입대하다
thuộc địa	(屬地) 식민지	**địa bàn**	지역
lánh nạn	피난하다	**kiếm sống**	생계를 유지하다
tu nghiệp	연수하다	**thực tập sinh**	(實習生) 실습생, 인턴
xã hội chủ nghĩa	(社會主義) 사회주의	**sâu sắc**	깊은
thành phần	(成分) 성분	**tính chất**	(性質) 특징
đoàn tụ	상봉하다, 모이다	**vùng lãnh thổ**	(領土) 영토
hòa nhập	(和入) 조화를 이루다	**người bản xứ**	(本處) 원어민, 토종
trí tuệ	(智慧) 지혜	**ước tính**	추산하다
trình độ	(程度) 정도	**đạt**	달성하다
tin học	컴퓨터 공학	**viễn thông**	(遠通) 통신
tiềm lực	(潛力) 잠재력	**cập nhật**	(及日) 최신의
kinh tế mũi nhọn	핵심 경제	**điều khiển học**	사이버네틱스(cybernetics)
chứng khoán	(證卷) 증권	**hội nhập**	(會入) 통합하다
duy trì	(維持) 유지하다	**thăm thân**	지인을 만나다
đóng góp	기여하다	**tăng cường**	(增强) 강화하다

II. Dựa vào bài đọc hiểu trả lời những câu hỏi dưới đây

1. Những đoạn nào trong bài nói về quá trình hình thành cộng đồng người Việt Nam ở nước ngoài? Có thể chia quá trình này thành mấy giai đoạn?

2. Tại sao có thể nói từ sau năm 1975 đã có sự thay đổi sâu sắc về số lượng, thành phần, tính chất cũng như địa bàn sinh sống của cộng đồng người Việt Nam ở nước ngoài?

3. Tóm tắt những đặc điểm của cộng đồng người Việt Nam ở nước ngoài?

4. Có thể coi rằng cộng đồng người Việt Nam ở nước ngoài là một cộng đồng mạnh, thành công hay chưa, tại sao có thể nói rồi hay chưa?

5. Em có nhận xét gì khi so sánh cộng đồng người Việt Nam ở nước ngoài với cộng đồng người Hàn Quốc ở nước ngoài về số lượng, thành phần, tính chất cũng như địa bàn sinh sống?

III. Dựa vào bài đọc, xác định những thông tin đúng (Đ) hay sai (S)

1. Cho đến đầu thế kỷ 19, cộng đồng người Việt Nam ở nước ngoài chỉ có ở một số nước châu Á.
2. Cộng đồng người Việt Nam ở nước ngoài được hình thành từ khá sớm nhưng chỉ phát triển mạnh sau năm 1975.
3. Hiện nay, cộng đồng người Việt Nam ở nước ngoài đã có mặt ở khắp các châu lục, tại những nước phát triển cũng như tại những nước đang phát triển.
4. So với những cộng đồng dân cư khác của nước sở tại, cộng đồng người gốc Việt luôn là một cộng đồng mạnh, thành công hơn.
5. Khó có thể nói rằng cộng đồng người Việt Nam ở nước ngoài đã khai thác được hết tiềm năng của mình.
6. Hàn Quốc là nước có người Việt đến cư trú sớm nhất và hiện nay là một trong những nước có cộng đồng người Việt Nam phát triển khá nhanh,
7. Cộng đồng người Việt Nam ở nước ngoài luôn quan tâm và mong muốn đóng góp vào sự phát triển của Việt Nam.

IV. Chọn ý nghĩa bên trái phù hợp với các từ bên phải

1. "Sống cố định và lâu dài ở một nơi, phân biệt với du cư"	NHẬP CƯ
2. "Tham gia vào một cộng đồng để cùng hoạt động và phát triển với cộng đồng ấy"	ĐỊNH CƯ
3. "Đến sống vĩnh viễn tại một quốc gia khác"	DI CƯ
4. "Dời đến ở một miền hay một nước khác để sinh sống"	ĐỒNG BÀO
5. "Luôn có những hoạt động tích cực để tác động biến đổi thế giới xung quanh nhằm thực hiện tốt mục đích đã định"	HỘI NHẬP
6. "Những người cùng một giống nòi, một dân tộc, một tổ quốc (có ý nghĩa thân thiết, ruột thịt)"	NĂNG ĐỘNG

V. Nói theo chủ đề (chuẩn bị ở nhà) từ 350 – 400 từ

1. Nói về cộng đồng người Hàn Quốc ở nước ngoài.
2. Nói về những đóng góp chính của Hàn Kiều đối với sự phát triển đất nước Hàn Quốc từ trước đến nay.

Bài 02

DẠY VÀ HỌC TIẾNG VIỆT CHO NGƯỜI NƯỚC NGOÀI

Bạn đã học tiếng Việt bao lâu rồi?

NHỮNG CÂU CẦN NHỚ

A

Bạn có nói được tiếng Việt không?

Bạn có thật sự thích học tiếng Việt không?

Bạn học tiếng Việt vì công việc hay vì sở thích?

Bạn đã học tiếng Việt ở đâu?

Bạn đã sang Việt Nam học tiếng Việt chưa?

Ở Việt Nam, bạn học tiếng Việt ở đâu? Hà Nội hay thành phố Hồ Chí Minh?

Nếu tự đánh giá, bạn thấy, tiếng Việt của mình thế nào?

B

Bạn thấy tiếng Việt thế nào?

Theo bạn, tiếng Việt có khó không?

Bạn thấy học tiếng Việt khó nhất là gì?

Theo bạn, để giỏi tiếng Việt, có nhất thiết phải sang Việt Nam học không?

Bạn có thể hiểu được cả 3 giọng nói của tiếng Việt không?

Giọng (miền) Nam, giọng (miền) Trung và giọng (miền) Bắc

Bạn có ngại nói tiếng Việt vì sợ phát âm sai không?

Trong 4 kỹ năng nghe – nói - đọc - viết, kỹ năng nào của bạn tốt nhất?

Bạn thấy trong các kỹ năng khi học tiếng Việt, kỹ năng nào khó cải thiện nhất?

Trong các thanh điệu tiếng Việt, thanh nào khó phát âm đúng nhất?

C

Vì sao bạn hoc tiếng Việt?

Bạn học tiếng Việt để làm gì?

Bạn bắt đầu học tiếng Việt như thế nào?

Bạn học tiếng Việt để làm việc (để nghiên cứu hay để trò chuyện) với người Việt Nam?

Bạn học tiếng Việt ở trường, lớp hay ở bên ngoài với người Việt?

Bạn học tiếng Việt ở trường đại học hay ở trung tâm?

Bạn học tiếng Việt với giáo viên người Việt hay người nước ngoài?

Có kỷ niệm nào mà bạn không thể quên khi học tiếng Việt không?

Tiếng Việt đã mang đến cho bạn những thay đổi gì?

Khi gặp người Việt Nam, bạn có sử dụng tiếng Việt không?

Tiếng Việt mang lại cho bạn những lợi thế gì sau khi tốt nghiệp?

TỪ VỰNG 1 (어휘 1)

đánh giá	평가하다	**tự đánh giá**	스스로 평가하다
thật (thực) sự	정말	**sang (đến)**	건너다(오다)
kỹ năng	(技能) 기능	**nhất thiết**	(一切) 반드시
giọng (nói)	억양, 목소리	**ngại**	걱정하는, 두려운
cải thiện	(改善) 개선하다	**thanh (điệu)**	(聲調) 성조
phát âm	(發音) 발음	**nghiên cứu**	(研究) 연구하다
trò chuyện	이야기하다	**kỉ niệm**	(紀念) 기념
ưu thế, lợi thế	(優勢, 利勢) 우세, 이점	**mang đến (lại)**	가지고 가다(오다)

HỘI THOẠI

A

Liz Lê: (Việt kiều)	Này, Hanna, cậu đi đâu đấy? Thi xếp lớp xong rồi à? Cậu được xếp vào lớp nào?
Hana:	A2! Không tệ lắm, lúc đầu tớ tưởng phải học lại từ A1. Tớ đi mua sách đây.
Liz Lê:	Mua làm gì?! Tớ còn sách A2 đấy, lấy của tớ mà học.
Hana:	Thế thì tốt quá ! Cậu mà cũng từng học A2 à? Ít nhất cậu phải bắt đầu từ B chứ?
Liz Lê:	Tớ đã bắt đầu từ A1 đấy, có điều là tớ chỉ mất một nửa thời gian so với thông thường để "xong" A1, A2.
Hana:	Tiếng Việt là tiếng mẹ đẻ của cậu mà lại.
Liz Lê:	Cậu nghĩ đã là Việt kiều thì hẳn là giỏi tiếng Việt chứ gì? Thực tế, trước khi đến học ở lớp, tớ chỉ biết nói, nghe hiểu tiếng Việt ở trong bếp, bên

	bàn ăn thôi. Nó là "kitchen Vietnamese". Lúc đó tớ có biết đọc biết viết tiếng Việt đâu. Tớ mù chữ hoàn toàn!
Hana:	Thế à?! Nhưng, nghe và nói tiếng Việt, với cậu, chắc không khó, còn với tớ thì lại là ác mộng đấy. Sai dấu tiếng Việt nhiều khi "nguy hiểm" lắm!
Liz Lê:	Công nhận!

B

(Giáo sư Lâm, Chủ nhiệm Khoa Việt Nam học và Tiếng Việt trả lời phỏng vấn về đào tạo tiếng Việt và Việt Nam học cho người nước ngoài).

Nhà báo: Thưa giáo sư, dạy tiếng Việt cho người nước ngoài đã trở thành một ngành đào tạo chính qui, chuyên nghiệp từ bao giờ ạ?

Gs. Lâm: Việc dạy tiếng Việt cho người nước đã có từ hàng trăm năm trước, ngay từ khi có người nước ngoài đến làm ăn ở Việt Nam. Nhưng, mãi đến năm 1956 nó mới trở thành một Bộ môn được dạy ở trường đại học Tổng hợp Hà Nội. Năm 1968, Khoa Tiếng Việt, tiền thân của Khoa Việt Nam học và Tiếng Việt hiện nay, được thành lập.

Nhà báo: Tiếng Việt được dạy ở Khoa lúc đó chỉ là tiếng Việt học thuật hay sao ạ?

Gs. Lâm: Gần đúng như thế. Vì sinh viên chúng tôi cần nắm tiếng Việt học thuật để học tập, nghiên cứu, làm ngoại giao···

Nhà báo: Đó là khác biệt lớn nhất so với việc dạy và học tiếng Việt hiện nay, phải không ạ?

Gs. Lâm: Nói một cách chính xác thì đó là một trong những khác biệt. So với năm, sáu mươi năm trước, không riêng gì ngành dạy tiếng Việt mà cả ngành dạy tiếng trên thế giới nói chung đã thay đổi, đã phát triển chóng mặt.

Nhà báo: …?

Gs. Lâm: Nhờ những kết quả nghiên cứu ứng dụng về ngữ âm, từ vựng, ngữ pháp tiếng Việt thực hành, nhờ hội nhập mở cửa, tiếp xúc với những phương pháp hiện đại, chúng tôi đã có một chương trình đa dạng, với nhiều bộ sách giáo khoa theo phương pháp thực hành giao tiếp. Chúng tôi còn có chương trình đào tạo giáo viên dạy tiếng Việt như một ngoại ngữ.

Nhà báo: Thế nghĩa là, bây giờ, muốn trở thành một giáo viên dạy tiếng Việt, phải có chứng chỉ đào tạo này ạ?

Gs. Lâm: Không "phải" nhưng theo tôi thì nên có, bạn ạ.

Nhà báo: Tôi hiểu…. Vậy, hiện nay có những loại chương trình, giáo trình, phương thức dạy và học tiếng Việt như thế nào ạ?

Gs. Lâm: Tại Việt Nam, người nước ngoài có thể học ở các Khoa, Trung tâm dạy tiếng Việt trong các đại học hay trung tâm ngoại ngữ. Người học có thể tham gia các lớp học chính qui nếu muốn có trình độ tiếng Việt đủ để học ở các trường đại học, để nghiên cứu hay làm việc ở Việt Nam. Tùy theo mục đích học, người học có thể lựa chọn nội dung học, thời lượng cũng như thời gian học. Với công nghệ hiện nay, chúng tôi hy vọng sẽ sớm có những lớp học trực tuyến,…

TỪ VỰNG 2 (어휘 2)

··· làm gì	... 뭐해요?	**bộ môn**	(部門) 분야, 부문
xếp lớp	반배치하다	**··· chứ gì?**	...지?
··· mà lại	... 이지만 반대로	**thi xếp lớp**	반배치 고사
giao tiếp	(交接) 의사소통하다	**mù chữ**	문맹
nhà ngoại giao	(外交) 외교관	**chuyên nghiệp**	(專業) 전문의
từ vựng	어휘	**ngữ âm**	(語音) 음성
ngữ pháp	(語法) 어법, 문법	**tiện ích**	(便益) 편리한
chương trình	(章程) 프로그램	**tiền thân**	(前身) 전신
chính qui	(正規) 정규의, 정식의	**không tệ lắm**	나쁘지 않다
ứng dụng	(應用) 응용하다	**thời lượng**	(時量) 소요시간
chứng chỉ	(證指) 증명서	**phương thức**	(方式) 방식
trực tuyến	온라인	**phát triển chóng mặt**	(發展) 매우 빠른 속도로 발전하다

LUYỆN NÓI

I. Dựa vào nội dung các hội thoại, lựa chọn thông tin đúng

1. Hội thoại A diễn ra ở ______.

① trong một lớp học tiếng Việt

② bên ngoài một lớp học tiếng Việt

③ trong phòng của Liz Lê

2. Theo hội thoại A, trước khi đi học tiếng Việt ở lớp, Liz Lê ______.

① chỉ nghe, nói được tiếng Việt đơn giản trong sinh hoạt.

② nghe nói được, đọc còn chậm

③ nghe nói tốt nhưng không đọc, viết được

3. Theo hội thoại A ______.

① Cả Hana và Liz Lê đều cho rằng nghe, nói tiếng Việt là khó nhất

② Chỉ Liz Lê cho rằng nghe, nói tiếng Việt là khó nhất

③ Chỉ Hana cho rằng nghe, nói tiếng Việt là khó nhất

4. Theo hội thoại B, phương pháp giao tiếp được thực hiện trong việc dạy tiếng Việt cho người nước ngoài từ ______.

① khi có hoạt động dạy và học tiếng Việt như một ngoại ngữ

② những năm đầu thế kỷ 20

③ sau khi Việt Nam mở cửa, hội nhập

5. Theo hội thoại B, việc dạy và học tiếng Việt như một ngoại ngữ ________.

① chỉ có trong các đại học có chuyên ngành Tiếng Việt và Việt Nam học

② có ở trong các trung tâm ngoại ngữ, trong trường phổ thông và trong cộng đồng người Việt ở nước ngoài

③ Cả 2 đáp án trên

6. Theo hội thoại B, ngành Việt Nam học và tiếng Việt ________.

① chỉ có ở những đại học ở Việt Nam

② chỉ có ở những đại học ở nước ngoài có ngành Châu Á học hoặc Đông Nam Á học

③ Cả 2 đáp án trên

II. Chọn từ thích hợp điền vào chỗ trống trong các câu sau

1. ________ có cơ hội làm việc ở Việt Nam, tôi học tiếng Việt.

① Cho

② Vì

③ Để

2. - Bạn không biết lớp sơ cấp vào thứ ba học ở phòng nào à?

- Bạn gọi điện thoại cho trợ lý của Khoa ________ hỏi.

① để

② mà

③ cho

3. - Cô ấy phát âm tiếng Việt chuẩn thế!
   - Cô ấy là Việt kiều ________.

① nhé

② không

③ mà lại

4. Công ty này đang cần tuyển nhân viên biết tiếng Hàn ________ không tuyển nhân viên biết tiếng Anh.

① chứ

② còn

③ và

5. - Chị nói được tiếng Hàn ________?
   - Vâng, tôi nói được ________ ạ.

① chứ; chứ

② chưa; chứ

③ không; nhé

6. Anh ấy học tiếng Việt ở cộng đồng ________ chưa bao giờ học ở trường.

① mà

② còn

③ chứ

III. Lựa chọn nghĩa tương đương với từ ngữ in đậm, gạch dưới trong những câu sau

1. Ngay lần gặp đầu tiên, tôi đã cảm thấy mến chị ấy.

① Nhấn mạnh: hành động xảy ra muộn hơn bình thường

② Nhấn mạnh: hành động xảy ra sớm hơn bình thường

③ Nhấn mạnh: hành động xảy ra khó hơn bình thường

2. Công nghệ số đã đưa đến những thay đổi chóng mặt cho cuộc sống chúng ta.

① thay đổi cực kì nhanh

② thay đổi cực kì quan trọng

③ thay đổi cực kì tiêu cực

3. Chẳng riêng gì ngày làm việc mà cả ngày cuối tuần ông ấy cũng bận.

① Vừa….vừa

② Cả….lẫn

③ Không những….mà còn

4. Không phải ngôn ngữ nào cũng có thanh điệu như tiếng Việt

① Ngôn ngữ nào cũng không…

② Không phải tất cả các ngôn ngữ đều….

③ Bất cứ ngôn ngữ nào cũng…

5. Tôi nói mà bạn không nghe hay sao?

① nhỉ

② có phải không

③ chứ

6. Chị ấy sống ở Việt Nam rất lâu lại sống cùng gia đình Việt Nam nên rất giỏi tiếng Việt và văn hóa Việt.

① một lần nữa

② đến gần

③ hơn nữa

IV. Lựa chọn nhận định của bản thân về việc dạy và học tiếng Việt hiện nay

1. Việc dạy và học tiếng Việt như một ngoại ngữ đã ______________.

① lan rộng

② chuyên nghiệp hơn trước nhiều

③ có nhiều thành tựu

2. Chương trình, giáo trình ______________.

① khá phong phú, đa dạng

② thực tiễn

③ hàn lâm

3. Phương pháp giảng dạy ______________.

① chú trọng giao tiếp

② tập trung vào ngữ pháp

③ không chú ý đến tiếng Việt học thuật

4. Công nghệ tin học được sử dụng ______________.

① rất hiệu quả

② còn hạn chế

③ hiệu quả

5, Ý tưởng lớp học trực tuyến giữa Việt Nam và nước ngoài là một ý tưởng ______________.

① khả thi

② không thực tế

③ thú vị nhưng khó có kết quả tốt

6, Việc sử dụng ngữ liệu sống trong dạy và học tiếng Việt ______________.

① nên sử dụng có chọn lọc, phù hợp từng trình độ

② không nên vì quá khó

③ phải được sử dụng để sinh viên cập nhật tiếng Việt thực sự hiện đại

V. Tập nói theo mẫu

Mẫu 1 - Hôm nay là chủ nhật, **không cần phải dậy sớm**.

→ - Hôm nay là chủ nhật, **dậy sớm làm gì**.

Tiếp tục với:

1. Mọi việc sẽ ổn thôi, **đừng lo lắng thế**.

2. Học chuyên ngành ấy khó kiếm việc làm lắm, cậu **đừng chọn ngành ấy**.

3. Mùa này ở đó thời tiết xấu, an ninh lại không tốt lắm, chị **đừng đi du lịch ở đó**.

Mẫu 2 - Chắc là anh lại đã nói dối tôi (?) / Anh lại nói dối tôi, **đúng không**?

→ - Anh lại nói dối tôi **chứ gì**?!

Tiếp tục với:

1. Sao con về muộn thế, chắc con lại đi uống bia, **đúng không**?

2. Anh định giải thích lý do anh đến muộn là vì tắc đường, **đúng không**?

3. Chắc các anh coi thường tôi chỉ vì tôi nghèo, **đúng không**?

Mẫu 3 - Anh ấy không kết hôn **cho đến khi 36 tuổi**.

→ - **Mãi** 36 tuổi anh ấy **mới** kết hôn.

Tiếp tục với:

1. Việt Nam không có ti-vi **cho đến năm 1970**.

2. Chị ấy nói được tiếng Việt nhưng không biết đọc tiếng Việt **cho đến khi đi học tiếng Việt ở lớp**.

3. **Đến trước hôm qua** tôi vẫn không biết cô ấy là con gái một người bạn của bố mẹ tôi.

Mẫu 4 - **Ai (người nào) cũng** không muốn sống cùng với một người khó chịu như ông ta.

→ - **Ai mà / người nào mà** muốn sống cùng phòng với một người khó chịu như anh ta.

Tiếp tục với:

1. **Ai cũng** biết rằng biết thêm một thứ tiếng là có công cụ để hiểu thêm một nền văn hóa.

2. **Ngôn ngữ nào** cũng có cái khó, có cái dễ.

3. **Bất cứ từ nào** của tiếng Việt cũng có thanh điệu.

Mẫu 5 - Liz Lê cũng từng phải học trình độ A2

→ - Liz Lê **mà** cũng từng phải học trình độ A2 à?

Tiếp tục với:

1. Cô ấy đã có 2 con rồi.

2. Ông ấy không có nhiều tiền đâu.

3. Chị ấy cũng từng thất nghiệp đấy.

4. Anh Nam cũng không hiểu câu hỏi đó.

5. Chị cũng không tin tôi à?

6. Tiếng Việt của anh Kim chưa đủ để trình bày vấn đề này.

VI. Tập nói theo ngữ cảnh

Tìm hiểu và thảo luận trên lớp về tình hình dạy và học tiếng Hàn ở nước ngoài. So với trước đây, việc dạy và học tiếng Hàn như một ngoại ngữ như thế nào? Giải thích lý do? (trả lời những câu hỏi cụ thể dưới đây)

1. Hiện có khoảng bao nhiêu nước có dạy và học tiếng Hàn? Số lượng người nói tiếng Hàn trên toàn thế giới là khoảng bao nhiêu?

2. Ở nước nào có cộng đồng dạy và học tiếng Hàn lớn nhất?

3. Hiện nay ở Hàn Quốc có bao nhiêu trường đại học (hoặc trung tâm) đào tạo tiếng Hàn cho người nước ngoài? Hãy kể tên một số trường đại học hay trung tâm dạy và học tiếng Hàn ở Hàn Quốc?

4. So với trước đây, việc dạy và học tiếng Hàn như một ngoại ngữ như thế nào? (chuyên nghiệp? chưa chuyên nghiệp? những thành tựu?)

ĐỌC - HIỂU

I. Đọc bài đọc sau

DẠY VÀ HỌC TIẾNG VIỆT Ở NƯỚC NGOÀI

Trong những năm gần đây, cùng với tiến trình đổi mới, mở cửa, hội nhập quốc tế của Việt Nam, tiếng Việt đã trở thành công cụ không thể thiếu đối với những người nước ngoài muốn học tập, nghiên cứu về Việt Nam hay làm việc, kinh doanh ở Việt Nam. Song song với đó, nhu cầu duy trì tiếng Việt và văn hóa Việt Nam của cộng đồng người Việt Nam ở nước ngoài cũng rất lớn. Hiện nay tiếng Việt đã được dạy ở rất nhiều nước trên thế giới, ở hầu khắp các châu lục

Đáp ứng nhu cầu **đào tạo tiếng Việt một cách chính qui**, nhiều trường đại học trên thế giới đã có chương trình dạy tiếng Việt. Tại một số nước, trong các trường đại học chuyên về ngoại ngữ, hoặc về nghiên cứu quốc tế, các Khoa tiếng Việt và ngành Việt Nam học đã được thành lập. **Tại Mỹ**, nơi có hàng triệu người Mỹ gốc Việt, tiếng Việt và ngành Việt Nam học đã được giảng dạy ở nhiều trường đại học lớn như Harvard, Berkely, Columbia, Cornell··· Ở những bang có có nhiều người Mỹ gốc Việt như California, Texas lượng sinh viên học tiếng Việt rất đông. Ngoài Mỹ, ở khu vực Bắc Mỹ, tiếng Việt cũng được dạy ở Canada. **Tại châu Á**, ngành tiếng Việt và Việt Nam học đã có mặt trong những đại học hàng đầu như đại học Bắc Kinh (Trung Quốc), đại học Quốc gia Singapore, đại học Hankuk (Hàn Quốc), đại học Ngoại ngữ Tokyo (Nhật Bản), đại học Quốc gia Úc··· và trong nhiều đại học của các nước thuộc khối ASEAN···v.v. Tiếng Việt và Việt Nam học cũng là những chuyên ngành có truyền thống trong các đại học danh tiếng ở **châu Âu** như đại học Quốc gia Lomonosov (Nga), đại học Humbold (Đức), đại học Paris VII (Pháp), đại học quốc gia Kiev (Ucraina), đại học Prague (Cộng hòa Séc), đại học L'Orientale (Ý), ··· v .v.

Tiếng Việt và Việt Nam học tại các trường đại học ở châu Âu, châu Mỹ cũng như ở châu Á thường nằm trong chuyên ngành Châu Á học hay Đông Nam Á học. Có thể nói rằng, những năm gần đây ngành học này đã thu hút khá đông sinh viên. Một số trường có chương trình trao đổi sinh viên với các trường tại Việt Nam. Những sinh viên trao đổi được đến Việt Nam học tiếng Việt, tìm hiểu cuộc sống, đất nước và con người Việt Nam.

Mỹ là nước có nhiều **trường phổ thông** dạy chương trình song ngữ Việt –Anh nhất. Trong lớp song ngữ, các học sinh học môn Toán và Khoa học bằng tiếng Việt còn các môn xã hội và ngôn ngữ thì học bằng tiếng Anh. Tại một số nước Đông Âu, Úc, Hàn Quốc và Đài Loan cũng đã có những trường phổ thông dạy tiếng Việt như một ngoại ngữ thứ hai.

Như trên đã nói, ngoài trường học, tiếng Việt còn được dạy **tại các cộng đồng người Việt ở nước ngoài**. Các lớp học thường được tổ chức ở những địa điểm sinh hoạt cộng đồng, học sinh là con em trong cộng đồng, giáo viên là những người thông thạo tiếng Việt trong cộng đồng đó. Tổ chức được những lớp học này là kết quả của những nỗ lực nhằm duy trì, gìn giữ ngôn ngữ và văn hóa Việt. Ủng hộ những nỗ lực này, hàng năm, Bộ Ngoại giao kết hợp với Bộ Giáo dục Việt Nam thường mở những lớp đào tạo và bồi dưỡng phương pháp giảng dạy, cung cấp tài liệu dạy và học tiếng Việt cho đội ngũ giáo viên của những lớp cộng đồng này…

TỪ VỰNG 3 (어휘 3)

tiến trình	(進程) 과정	**công cụ**	(工具) 공구
hội nhập	(會入) 통합하다	**hầu khắp**	거의 모든 곳
song song (với)	...와 나란히	**duy trì**	(維持) 유지하다
đáp ứng	(答應) 부응하다, 응답하다	**hàng đầu**	일류, 선두
ngành, chuyên ngành	전공	**chính qui**	정규의, 정식의
trao đổi	교환하다	**bang**	(邦) 지방
danh tiếng	명문, 유명한	**thu hút**	이끌다, 흡수하다
song ngữ	이중언어를 사용하는	**cộng đồng**	(共同) 공동의
như trên đã nói	위에서 말한것과 같이	**cụ thể là**	구체적으로는 ...이다
thông thạo	능통한, 능숙한	**sinh hoạt**	(生活) 생활, 삶
nỗ lực	(努力) 노력하다	**ủng hộ**	(擁護) 지지하다, 옹호하다
bồi dưỡng	(培養) 양성하다, 육성하다	**cung cấp**	(供給) 공급하다
đội ngũ	(隊伍) 라인업, 대열	**tài liệu**	(材料) 서류, 문서

II. Dựa vào bài đọc hiểu, trả lời các câu hỏi sau

1. Tiếng Việt có vai trò như thế nào đối với những người nước ngoài học tập, nghiên cứu, làm việc và kinh doanh tại Việt Nam?

2. Hiện nay tiếng Việt được dạy và học ở những đâu trên thế giới?

3. Ở những nước ngoài Việt Nam, việc đào tạo tiếng Việt một cách chính qui được thực hiện ở đâu?

4. Tại sao ở Mỹ tiếng Việt và Việt Nam học được đào tạo ở nhiều trường đại học?

5. Hãy cho biết tên những nước, khu vực (ngoài nước Mỹ) có dạy tiếng Việt trong trường phổ thông?

6. Việt Nam đã làm những gì để giúp đỡ, ủng hộ những nỗ lực dạy và học tiếng Việt của cộng đồng người Việt ở nước ngoài?

III. Dựa vào bài đọc hiểu, xác định thông tin đúng

1. Nội dung chính của đoạn 1 là

① về tiến trình đổi mới, mở cửa, hội nhập quốc tế của Việt Nam

② giải thích lý do vì sao nhu cầu dạy và học tiếng Việt tăng lên

③ về những nơi có dạy và học tiếng Việt

2. Muốn biết các loại chương trình dạy tiếng Việt, những nơi, những đất nước nào có hoạt động dạy và học tiếng Việt phát triển, phải đọc ở đoạn nào?

① Đoạn 1

② Đoạn 3

③ Đoạn 2

3. Trong các trường đại học ở nước ngoài ngành Tiếng Việt và Việt Nam học thường thuộc về

① một trung tâm ngoại ngữ

② chuyên ngành Châu Á học hoặc Đông Nam Á học

③ một Khoa độc lập

4. Quốc gia có nhiều trường phổ thông dạy song ngữ Việt Anh nhất là

① Hàn Quốc

② Mỹ

③ Úc

5. Trong các lớp tiếng Việt tại cộng đồng người Việt ở nước ngoài, giáo viên là

① giáo sư từ chuyên ngành Tiếng Việt ở các đại học

② giáo viên Việt từ Việt Nam sang.

③ người dân (Việt) trong cộng đồng.

6. Mục đích của việc tổ chức những lớp dạy và học tiếng Việt trong cộng đồng người Việt ở nước ngoài là

① duy trì, gìn giữ ngôn ngữ Việt

② duy trì, gìn giữ văn hóa Việt

③ cả 2 đáp án trên

IV. Chọn từ ngữ thích hợp điền vào chỗ trống

1. Tiếng Việt là công cụ ______ của những người muốn nghiên cứu về Việt Nam

① phù hợp

② hiện đại

③ không thể thiếu

2. Duy trì, gìn giữ ngôn ngữ và văn hóa Việt là mục tiêu dạy và học tiếng Việt của ______

① các nhà nghiên cứu nước ngoài

② cộng đồng người Việt Nam ở nước ngoài

③ mọi người

3. Ở nhiều nước, tiếng Việt đã được dạy ở một số đại học và ở ______

① trường trung học

② trường dạy nghề

③ trường phổ thông

4. Trong lớp song ngữ Anh – Việt ở Mỹ, học sinh học bằng tiếng Việt (những) môn ______

① Lịch sử

② Văn học

③ Toán và Khoa học

5. Bộ Ngoại giao và bộ Giáo dục Việt Nam giúp các lớp tiếng Việt ở cộng đồng bằng cách ______

① tặng tiền

② gửi giáo viên từ Việt Nam đến dạy

③ đào tạo về phương pháp giảng dạy cho giáo viên

6. Những người muốn trở thành nhà Việt Nam học cần phải học

① tiếng Việt giao tiếp trong sinh hoạt

② tiếng Việt học thuật

③ Cả 2 đáp án trên

V. Chọn ý nghĩa bên trái phù hợp với các từ bên phải

1. "Phát sinh một cách tự nhiên, thường không có tổ chức, không có người lãnh đạo"	TIẾNG MẸ ĐẺ
2. "Ngôn ngữ của bản thân dân tộc được nói đến, phân biệt với những ngôn ngữ khác"	NGỮ PHÁP
3. "Những quy tắc cần theo để nói và viết cho đúng một ngôn ngữ"	CHUYÊN NGHIỆP
4. "Trao đổi, tiếp xúc với nhau"	TỰ PHÁT
5. "Chuyên về một nghề, phân biệt với nghiệp dư"	BẢN NGỮ
6. "Tiếng (ngôn ngữ) của dân tộc mình, trong quan hệ đối lập với các thứ tiếng (ngôn ngữ) khác"	GIAO TIẾP

VI. Nói theo chủ đề (chuẩn bị ở nhà) từ 350 -400 từ

1. Nói về quá trình học tiếng Việt của em từ trước đến nay

2. Nói về lý do vì sao em chọn học tiếng Việt tại HUFS

Bài 3

LÀNG NGHỀ - BẢO TÀNG
Tranh dân gian Đông Hồ

NHỮNG CÂU CẦN NHỚ

A

Làng nghề là gì?

Làng nghề có phải làng có **nghề thủ công** không?

Có phải các làng nghề thường ở nông thôn không?

Thủ công là làm bằng tay, có phải không?

Ở Việt Nam, miền nào có nhiều làng nghề nhất?

Người làm ra các sản phẩm trong các làng nghề gọi là gì?

Người làm ra các sản phẩm trong các làng nghề gọi là **thợ thủ công**.

Nghệ nhân là những ai?

Những ai được gọi là nghệ nhân?

Nghệ nhân là những thợ thủ công có **tài nghệ** cao (lành nghề).

Bạn có biết làng nghề **lâu đời** nhất của Việt Nam là làng nghề nào không?

B

Cái này **làm bằng gì**?

Sản phẩm này làm bằng nguyên liệu gì?

Cái này làm **bằng giấy** còn cái đó làm **bằng lụa**.

Sản phẩm này làm **bằng nguyên liệu** cao cấp.

Cái này làm bằng tay nên đắt hơn cái **làm bằng máy**.

Nguyên liệu để sản xuất các sản phẩm ở làng nghề thường có sẵn ở địa phương.

Nguyên liệu để sản xuất các sản phẩm của làng nghề hầu hết là **nguyên liệu** tự nhiên.

Sản phẩm của các làng nghề trước hết là để phục vụ nhu cầu của người dân địa phương.

Nhiều sản phẩm của làng nghề đã được xuất khẩu ra nước ngoài.

Sản phẩm thủ công cũng là một loại **hàng hóa**.

Hàng thủ công giúp tăng thu nhập, **cải thiện** đời sống cho người dân.

C

Ở thành phố này có những bảo tàng nào?

Bảo tàng lịch sử, bảo tàng chiến tranh…

Ở thủ đô Seoul có những bảo tàng nào nổi tiếng?

Bảo tàng này không lớn nhưng rất độc đáo.

Trong bảo tàng này có **trưng bày** rất nhiều hiện vật **quý, hiếm**.

Những làng, **phố cổ** được **bảo tồn** như những bảo tàng sống.

Người ta gọi khu vực này là Bảo tàng phố cổ (làng cổ).

Bảo tàng cũng là một địa điểm tham quan ưa thích của khách du lịch.

Bảo tàng này đã **tái hiện** tương đối đầy đủ lịch sử của dân tộc.

TỪ VỰNG 1 (어휘 1)

làng nghề	공예마을	**nghề thủ công**	(手功) 수공업
thợ thủ công	수공업자	**nguyên liệu**	(原料) 원료, 재료
sẵn có	이미 갖추어진	**mặt hàng**	상품, 물건
cao cấp	(高級) 고급의	**nghệ nhân**	(藝人) 예술가
(lụa) tơ tằm	비단	**tài nghệ**	(才藝) 재능
lâu đời	오래된	**(vải) lụa**	비단
cải thiện	(改善) 개선하다	**thu nhập**	(收入) 수입
trưng bày	전시하다	**độc đáo**	독특한, 독자적인
sự giao lưu	(交流) 교류	**hiện vật**	(現物) 실물
làng	마을	**tái hiện**	(再現) 재현하다
bảo tồn	(保存) 보존하다	**nguyên vẹn**	그대로인
quý, hiếm	(貴) 귀한		

HỘI THOẠI

A

Park: Anh Hùng ơi, *làng nghề* nghĩa là gì? *Làng* tôi hiểu, *nghề* tôi cũng hiểu nhưng *làng nghề* thì⋯**liệu** có phải là làng có nhiều nghề không?

Hùng: Hả? Đọc cả câu lên xem **nào**!

Park: Đây, trong email Khoa gửi cho tôi: "Sáng thứ Bảy, Khoa tổ chức cho sinh viên đi thăm một số làng nghề ở Hà Nội⋯"

Hùng: À, hiểu rồi! **Lẽ ra** Khoa nên giới thiệu trước về địa điểm tham quan với các sinh viên. Thế, cậu có định đi không?

Park: Có chứ. Tham quan là cách học tiếng Việt và học về Việt Nam thú vị nhất **mà**.

Hùng: Đúng **đấy**. Thế thì, đi tham quan đi, rồi cậu sẽ hiểu làng nghề là gì. **Lẽ ra** tôi cũng đi với các sinh viên nhưng vì có việc đột xuất nên tôi phải hủy đấy. Đi vui nhé!

Park: Cám ơn anh. Vậy, đi về rồi thì tôi sẽ "thuyết trình" lại bằng tiếng Việt với anh về làng nghề, xem có "chuẩn" không nhé?!

B

(Các sinh viên nước ngoài đang tham quan làng tranh Đông Hồ)

Park: Ông ơi, giấy để vẽ tranh này là giấy đặc biệt ạ?

Nghệ nhân: Phải **đấy**, giấy này làm từ vỏ của một loại cây tên là cây dó nên gọi là giấy dó.

Ben: **Đây có phải là** điểm đặc biệt nhất của tranh Đông Hồ không ạ?

Nghệ nhân: Nói đúng ra, chất liệu để làm tranh mới là điểm đặc sắc, độc đáo nhất. Nói như thế là vì các nguyên liệu làm tranh như giấy, bột màu,···đều là nguyên liệu tự nhiên, có sẵn ở địa phương.

Hanna: **Thảo nào**, màu sắc của tranh thật là tự nhiên!

Kathy: Có phải **mỗi** màu sắc biểu hiện **một** nghĩa nào đó không ạ?

Nghệ nhân: Phải, chẳng hạn, chúng tôi dùng màu vàng để làm nền cho những bức tranh mùa xuân vui tươi, nền màu hồng nhạt cho những bức tranh làng quê thanh bình···

Young Sil: Cháu thấy ở làng này gia đình nào cũng làm được tranh. Thế thì người dân Đông Hồ nào cũng là nghệ nhân ạ?

Nghệ nhân: Nghệ nhân là người sáng tác mẫu tranh, dân làng làm tranh theo mẫu đó. Cả làng chỉ có một vài người được gọi là nghệ nhân thôi, các cháu ạ.

Park: Vậy những người dân Đông Hồ khác được gọi là gì ạ?

Nghệ nhân: Gọi là thợ thủ công, các cháu ạ.

TỪ VỰNG 2 (어휘 2)

lẽ ra	당연히	**··· nào**	어느 ...
tham quan	(参觀) 구경하다	**hủy**	취소하다
đột xuất	(突出) 갑작스러운	**thuyết trình**	발표하다, 연설하다
giấy dó	dó종이(종이의 종류)	**chuẩn**	(準) 표준, 기준
độc đáo	독특한, 독자적인	**vỏ**	껍질
nói đúng ra	정확히 말하면	**đặc sắc**	(特色) 특색, 특색있는
thảo nào	어쩐지	**chất liệu**	(質料) 재료
nền	바탕, 기초	**biểu hiện**	(表現) 표현하다
nghệ nhân	(藝人) 예술가	**thanh binh**	(清平) 평온한, 고요한
tơ	비단	**mẫu**	모델, 샘플
thẩm mỹ	(審美) 심미적인	**nổi bật**	뛰어나다, 눈에 띄다
bản sắc văn hóa	(本色文化) 문화 특색		

LUYỆN NÓI

I. Dựa vào các hội thoại xác định những thông tin đúng / sai

1. Theo hội thoại A:

① Park chưa bao giờ đi thăm một làng nghề nào ở Việt Nam.

② Park đã từng đi thăm một làng nghề ở Việt Nam.

③ Park sắp đi mua hàng tại một làng nghề ở Việt Nam.

2. Theo hội thoại A, Park rất muốn đi thăm làng nghề vì ______________ .

① Park rất thích đi thăm làng quê Việt Nam

② Đây là dịp để tăng thêm tri thức Việt Nam học

③ Các bạn cùng lớp của Park đều đi

Theo hội thoại A:

① Anh Hùng cũng không hiểu "làng nghề" nghĩa là gì.

② Trước khi đi tham quan làng nghề, các sinh viên đã được giới thiệu khái quát về làng nghề.

③ Anh Hùng đã định đi thăm làng nghề cùng các sinh viên.

Theo hội thoại B:

① Tất cả các nguyên liệu để làm tranh Đông Hồ là nguyên liệu từ thiên nhiên.

② Nghệ nhân trước hết là một thợ thủ công và ngược lại.

③ Cả thợ thủ công lẫn nghệ nhân đều sáng tác các mẫu tranh.

Theo hội thoại B:

① Đối với tranh Đông Hồ, làm tranh có nghĩa là sáng tác tranh.

② Đối với tranh Đông Hồ, màu nền của mỗi bức tranh không có "nghĩa" gì.

③ Chỉ những nghệ nhân mới có thể sáng tác mẫu tranh.

Theo hội thoại B:

① Màu sắc sử dụng trong tranh Đông Hồ mang những "nghĩa" khác nhau.

② Màu sắc trong tranh gắn với màu của làng quê.

③ Tranh Đông Hồ là tranh dân gian nổi tiếng nhất của Việt Nam.

II. Chọn ý gần nghĩa với câu đưa ra

1. Ông Lâm đã định sống ở làng, làm thợ thủ công nhưng vì thu nhập của nghề thủ công thấp quá nên ông đành chuyển đến thành phố.

① Ông Lâm sống ở làng vì thích làm thợ thủ công.

② Thu nhập của thợ thủ công ở làng không đủ sống.

③ Mặc dù chuyển đến sống ở thành phố nhưng thật ra ông Lâm không thích cuộc sống ở đó lắm.

2. Lẽ ra anh Hùng đã ở lại làng quê, làm thợ thủ công như ông và cha nhưng anh ấy đã lập nghiệp ở thành phố vì làm thợ thủ công không đủ sống.

① Anh Hùng đã từng muốn làm thợ thủ công như ông và cha anh ấy.

② Làm thợ thủ công nghèo nên anh Hùng ra thành phố sống và làm việc.

③ Cả ① và ②

3. Trong các làng nghề, người thợ thủ công trước hết là người nông dân.

① Trong các làng nghề, người thợ thủ công, vốn là người nông dân.

② Trong các làng nghề, người thợ thủ công phải là người nông dân

③ Trong các làng nghề, mọi người nông dân đều muốn là thợ thủ công.

4. Sản phẩm thủ công của các làng nghề được yêu thích vì nó không chỉ có giá trị sử dụng mà còn có giá trị văn hóa, thẩm mỹ độc đáo.

① Người ta yêu thích sản phẩm thủ công của các làng nghề không chỉ vì nó có giá trị sử dụng mà còn vì giá trị văn hóa, thẩm mỹ độc đáo của các sản phẩm đó.

② Ngoài giá trị sử dụng, sản phẩm thủ công của các làng nghề còn có giá trị văn hóa, thẩm mỹ nên nó rất độc đáo.

③ Giá trị sử dụng cũng như giá trị văn hóa, thẩm mỹ độc đáo là những đặc điểm được yêu thích của các sản phẩm thủ công ở các làng nghề.

5. Đến thế kỷ 13 việc xuất khẩu hàng thủ công Việt đã phát triển mạnh mẽ. Đây chính là động lực thúc đẩy sự ra đời của một số lượng lớn các làng nghề thủ công.

① Hàng loạt các làng nghề ra đời đã làm cho việc xuất khẩu hàng thủ công phát triển.

② Hàng loạt các làng nghề ra đời đã sản xuất ra nhiều mặt hàng thủ công để xuất khẩu.

③ Sự phát triển mạnh trong việc xuất khẩu hàng thủ công đã thúc đẩy sự ra đời của nhiều làng nghề.

6. Trước đây, sản phẩm của các làng nghề chủ yếu là để phục vụ cho nhu cầu của địa phương.

① Trước đây sản phẩm của các làng nghề chỉ được phép dùng cho nhu cầu địa phương.

② Trước đây sản phẩm của các làng nghề không được phép bán ra ngoài địa phương.

③ Trước đây phần lớn sản phẩm của các làng nghề được sản xuất để phục vụ cho nhu cầu của người dân tại địa phương.

III. Tập nói theo mẫu

Mẫu 1 - Làng tơ lụa Vạn Phúc đã có hàng nghìn năm lịch sử

→ - **Có phải** làng tơ lụa Vạn Phúc đã có hàng nghìn năm lịch sử **không**?

- Phải / đúng (vậy), làng tơ lụa Vạn Phúc đã có hàng nghìn năm lịch sử

Tiếp tục với:

1. Đặc điểm nổi bật nhất của các làng nghề là tồn tại ở nông thôn.

____?

____

2. Ở các làng nghề người thợ thủ công trước hết là người nông dân

____?

____

3. Sản phẩm thủ công được làm bằng tay

?

Mẫu 2 - Tôi nói nhanh quá, **không biết** họ có hiểu không?

→ - Tôi nói nhanh quá **liệu** họ có hiểu không?

Tiếp tục với:

1. Cô ấy vốn không khỏe, không biết có vượt qua khó khăn này không?

?

?

2. Không biết 100 năm nữa làng nghề này có còn tồn tại không?

?

?

3. Sử dụng máy thay tay không biết có làm mất tính độc đáo của sản phẩm thủ công không?

?

?

Mẫu 3 - (Tôi) định đi Việt Nam năm ngoái nhưng vì mẹ ốm nên tôi không đi được

→ - **Lẽ ra** đã đi Việt Nam năm ngoái nhưng vì mẹ ốm nên tôi không đi được

Tiếp tục với:

1. Tôi đã định sống ở làng, làm thợ thủ công nhưng vì thu nhập thấp quá nên tôi đã chuyển lên thành phố.

2. Chúng tôi phải có mặt lúc 2 giờ nhưng vì tắc đường nên mãi 2 giờ rưỡi mới đến.

3. Theo hợp đồng hôm nay các anh phải hoàn thành, sao bây giờ mới được khoảng 60%?

Mẫu 4

- **Sở dĩ** sản phẩm này có giá cao **là vì** nó được làm bằng tay.

→ - **Vì** sản phẩm này được làm bằng tay **nên** nó có giá cao.

Tiếp tục với:

1. Sở dĩ nông dân ở làng này có thu nhập cao nhờ làng này có nghề thủ công nổi tiếng ngoài nghề nông.

2. Sở dĩ sản phẩm thủ công ở các làng nghề được ưa thích vì nó không chỉ có giá trị sử dụng mà còn có giá trị văn hóa, thẩm mỹ độc đáo.

3. Sở dĩ nghề thủ công của làng này không duy trì được vì hầu hết người trẻ của làng muốn ra thành phố lập nghiệp.

Mẫu 5

A: **Sao** cái này đắt hơn cái đó nhiều thế?

B: Cái này làm bằng tay còn cái đó làm bằng máy **mà**!

A: **Thảo nào**, cái này đắt hơn cái đó nhiều!

Tiếp tục với:

1. A: ______ hôm nay trông chị ấy vui thế nhỉ?

   B: Chị ấy mới được tuyển vào một công ty lớn, lương cao ______

   A: ______

2. A: ______ bức tranh này thêu đẹp thế nhỉ?

   B: Bức tranh này do nghệ nhân nổi tiếng thêu ______.

   A: ______

3. A: ______ làng này nhà nào cũng to, đẹp thế nhỉ?

   B: Làng này có nghề thủ công truyền thống nổi tiếng ______.

   A: ______

IV. Tập nói theo ngữ cảnh

Ngữ cảnh: Giới thiệu vài nét về làng nghề của Hàn Quốc bằng cách trả lời các câu hỏi dưới đây

1. *Vai trò của làng nghề với vùng nông thôn nói riêng, với kinh tế của cả nước nói chung* (đáp ứng nhu cầu lao động tại chỗ của người dân, tăng thu nhập, quảng bá sản phẩm, thu hút khách du lịch tham quan,⋯v.v).

2. *Kể tên những nghề thủ công nổi tiếng của Hàn Quốc? Hiện trạng thế nào?*

3. *Đặc điểm của làng nghề* (nằm ở khu vực nào? Người tham gia làng nghề là những ai? nguyên liệu sản xuất? thị trường tiêu thụ?⋯.)

4. *Em đánh giá thế nào về tương lai của các làng nghề ở Hàn Quốc?*

ĐỌC - HIỂU 1

I. Đọc bài đọc sau

VÀI NÉT VỀ NGHỀ THỦ CÔNG VIỆT NAM

Nghề thủ công Việt Nam đã có lịch sử hàng nghìn năm. Đầu thế kỷ 11 các sản phẩm thủ công bắt đầu được xuất khẩu. Đến thế kỷ 13 việc xuất khẩu hàng thủ công của người Việt đã phát triển mạnh mẽ. Đây chính là động lực thúc đẩy sự ra đời của một số lượng lớn các làng nghề thủ công. Hiện nay Việt Nam có khoảng 2.790 làng nghề với 53 nhóm nghề, sản xuất khoảng 200 loại sản phẩm thủ công khác nhau, trong đó có rất nhiều sản phẩm có lịch sử phát triển rất lâu đời: **tơ lụa** Vạn Phúc có hàng nghìn năm lịch sử, **mây tre đan** Phú Vinh hơn 700 năm, **gốm sứ** Bát Tràng gần 500 năm... Những cái nôi của làng nghề là Hà Nội, Hà Tây, Bắc Ninh, Hưng Yên, Thái Bình, Thừa Thiên - Huế, Đà Nẵng, Đồng Nai, BếnTre··· v.v

ĐỌC - HIỂU 2

BẢO TÀNG DÂN TỘC HỌC VIỆT NAM

Bảo tàng Dân tộc học Việt Nam nằm trên đường Nguyễn Văn Huyên, quận Cầu Giấy, cách trung tâm Hà Nội khoảng 8km. Đây được coi là điểm đến "không thể bỏ qua" đối với nhiều du khách khi đến Hà Nội. Sở dĩ có thể nói như vậy là vì đến thăm bảo tàng này du khách có thể tham quan, nghiên cứu, trải nghiệm văn hóa các dân tộc Việt Nam.

Bảo tàng Dân tộc học Việt Nam được xây dựng từ năm 1981 Công trình này do kiến trúc sư Hà Đức Linh thiết kế và kiến trúc sư Veronique Dollfus (người Pháp) thiết kế nội thất. Bảo tàng là nơi trưng bày và lưu giữ những hiện vật đặc sắc, có giá trị lịch sử, giá trị văn hóa của 54 dân tộc anh em tại Việt Nam. Các hiện vật này được trưng bày theo nhiều chủ điểm như: y phục, trang sức, vũ khí, nhạc cụ, tôn giáo, tín ngưỡng và nhiều hoạt động tinh thần khác. Du khách cũng có thể tham quan những ngôi nhà thiết kế phỏng theo kiến trúc truyền thống của các dân tộc. Đây cũng là nơi thường xuyên tổ chức các buổi trình diễn nghề thủ công, mô phỏng các hoạt động, các loại hình văn hóa dân gian khác nhau của các dân tộc ở Việt Nam.

Cũng cần phải nói đến một điểm đặc sắc nữa của Bảo tàng Dân tộc học Việt Nam, đó là bảo tàng không chỉ trưng bày, giới thiệu văn hóa của các dân tộc Việt mà còn tổ chức được những cuộc trưng bày giới thiệu văn hóa của các nước trên thế giới. Nhờ thế, khách tham quan có cơ hội tham quan, khám phá những nền văn hóa khác.

Năm 2014, bảo tàng đã được trang web du lịch uy tín thế giới TripAdvisor bình chọn là một trong 5 bảo tàng hấp dẫn nhất châu Á. Năm 2015, dựa trên cơ sở kết quả bình chọn của các nhà báo du lịch, khách tham quan và Hội đồng chuyên môn về du lịch, bảo tàng được bầu chọn là bảo tàng hấp dẫn nhất Việt Nam.

TỪ VỰNG 3 (어휘 3)

dân tộc học	(民族學) 민족학	**vài nét**	몇가지 특징
không thể bỏ qua	지나칠 수 없는	**cái nôi**	요람
trải nghiệm	경험하다, 체험하다	**công trình**	(工程) 사업, 공사
thiết kế nội thất	(設計內室) 인테리어	**trưng bày**	전시하다
lưu giữ	보관하다	**bình chọn**	선택하다
chủ điểm	(主點) 필수 내용	**y phục**	(衣服) 의복
vũ khí	(武器) 무기	**nhạc cụ**	(樂具) 악기
tôn giáo	(宗教) 종교	**tín ngưỡng**	(信仰) 신앙
phỏng (theo)	모방하다	**bầu chọn**	선출하다, 뽑다

LUYỆN NÓI

II. Dựa vào các bài đọc hiểu, trả lời những câu hỏi dưới đây

1. Theo đọc hiểu 1, nghề thủ công Việt Nam đã ra đời được khoảng bao nhiêu năm? Khi nào thì nó trở thành mặt hàng xuất khẩu?

2. Theo đọc hiểu 1, động lực thúc đẩy sự ra đời của một số lượng lớn các làng nghề thủ công ở Việt Nam là gì?

3. Theo đọc hiểu 1, nơi sinh ra và tập trung nhiều làng nghề nhất ở Việt Nam là ở đâu?

4. Theo đọc hiểu 2, bảo tàng Dân tộc học là điểm đến như thế nao?

5. Theo đọc hiểu 2, bảo tàng Dân tộc học trưng bày những gì?

6. Dựa vào đọc hiểu 2, hãy giải thích vì sao bảo tàng Dân tộc học là điểm du lịch đáng tham quan?

III. Dựa vào bài đọc hiểu 1 và 2 lựa chọn đáp án đúng

1. Theo Đọc hiểu 1, nghề thủ công ở Việt Nam đã xuất hiện cách đây ______

① gần 1000 năm

② trên 1000 năm

③ vài nghìn năm

2. Theo Đọc hiểu 1, động lực phát triển nghề thủ công ở Việt Nam là ______

① hàng thủ công được xuất khẩu nhiều

② hàng thủ công được tiêu thụ nhiều trong các địa phương

③ hàng thủ công được yêu thích

3. Theo đọc hiểu 1, khu vực sinh ra và có nhiều làng nghề nhất Việt Nam là ______.

① miền Bắc

② miền Trung

③ miền Nam

4. Theo đọc hiểu 2, đoạn 2 nói về ______________.

① Địa điểm của bảo tàng Dân tộc học

② Lịch sử của bảo tàng Dân tộc học

③ Lịch sử của bảo tàng Dân tộc học và "nội dung" được trưng bày ở bảo tàng Dân tộc học

5. Theo đọc hiểu 2, một trong những điểm đặc sắc của bảo tàng Dân tộc học là ______________

① trưng bày hiện vật về tất cả 54 dân tộc ở Việt Nam

② trưng bày hiện vật theo chủ đề

③ ngoài việc trưng bày giới thiệu văn hóa các dân tộc Việt Nam, còn trưng bày giới thiệu văn hóa của các nước trên thế giới

6. Theo đọc hiểu 2, nếu muốn biết bảo tàng Dân tộc học được công nhận, đánh giá cao, được tôn vinh thế nào, phải đọc ở đoạn nào?

① Đoạn 1

② Đoạn 4

③ Đoạn 2

IV. Chọn ý nghĩa bên trái phù hợp với các từ bên phải

1. "Giỏi nghề, thành thạo công việc chuyên môn"	NGHỆ SĨ
2. "Mức độ, khả năng nghề nghiệp"	NGHỆ NHÂN
3. "Người chuyên biểu diễn trong một bộ môn nghệ thuật (dân gian) hoặc một nghề thủ công có tài nghệ cao"	TAY NGHỀ
4. "Bán từng cái, từng ít một cho người tiêu dùng, phân biệt với bán buôn"	LÀNH NGHỀ
5. "Người chuyên hoạt động sáng tác hoặc biểu diễn trong một bộ môn nghệ thuật"	BÁN BUÔN
6. "Bán với số lượng nhiều, cho người kinh doanh trung gian, phân biệt với bán lẻ"	BÁN LẺ

V. Nói theo chủ đề (chuẩn bị ở nhà) từ 350 – 400 từ

1. Nói về một nghề thủ công truyền thống của Hàn Quốc mà em thích nhất

2. Nói về một bảo tàng mà em thích nhất ở Hàn Quốc

Bài 04

CHỢ VÀ TRUNG TÂM THƯƠNG MẠI
Một trung tâm mua sắm lớn ở Hàn Quốc

NHỮNG CÂU CẦN NHỚ

A

Chị thường mua sắm ở chợ hay ở siêu thị?

Tôi thường mua thực phẩm ở chợ truyền thống vì ở đó thực phẩm tươi và rẻ hơn siêu thị.

Không khí mua bán ở chợ truyền thống đông và vui.

Khi mua bán chợ truyền thống có thể mặc cả.

Hàng hóa ở siêu thị được bày biện gọn gàng, sạch sẽ.

Không khí mua bán ở siêu thị trật tự và văn minh.

Thường thì giá cả hàng hóa trong siêu thị cao hơn ở chợ truyền thống.

Mua sắm ở siêu thị có thể đắt hơn ở chợ truyền thống.

Giá hàng hóa ở siêu thị được ghi trên từng sản phẩm.

Nhiều người mua ở chợ truyền thống thành khách quen của người bán.

B

Các Trung tâm thương mại, siêu thị đang có đợt giảm giá, khuyến mại lớn.

Giá hàng hóa vào những đợt khuyến mại thường giảm từ 30-50%

Giá này thì mọi người đều có thể mua **được**

Giá này thì chỉ người giàu mua **nổi**

Mẹ mua nhiều thế này làm sao mà ăn **xuể (hết)**

Không phải tất cả các loại hàng hóa đắt tiền đều là tốt.

Dịch vụ mua bán ở các trung tâm, siêu thị mua sắm lớn luôn hiện đại

Gần nhà tôi **càng ngày càng** có nhiều cửa hàng tiện lợi

Bán hàng qua mạng (internet)

Hiện nay mua sắm qua mạng đang phát triển mạnh.

Thói quen mua sắm qua mạng **(mỗi) ngày một** phổ biến.

C

Không phải ai cũng thích mua sắm ở siêu thị hơn ở chợ truyền thống.

Hiện nay, kinh doanh ở chợ truyền thống càng ngày càng khó khăn hơn.

Càng nhiều cửa hàng tiện lợi, kinh doanh ở chợ truyền thống **càng** khó hơn.

Khách hàng đến mua sắm ở trung tâm thương mại **(mỗi) ngày một** nhiều

Chợ truyền thống sẽ ra sao trong xu hướng đô thị hóa hiện nay?

Trong xu hướng đô thị hóa như hiện nay, chợ truyền thống còn hay mất?

Thực trạng chợ truyền thống ở Seoul thế nào trong thời kỳ đô thị hóa?

Theo em giải pháp cho vấn đề này nên thế nào?

TỪ VỰNG 1 (어휘 1)

thực phẩm	(食品) 식품	**tươi**	신선한
không khí	(空氣) 분위기, 공기	**đông**	붐비는
mặc cả	흥정하다	**bày biện**	늘어놓다, 배치하다
gọn gàng	단정한	**trật tự**	(秩序) 순서, 질서
văn minh	(文明) 문명	**ghi, niêm yết**	기록하다, 게시하다
đợt	기간	**giảm giá**	할인하다
khuyến mại	세일	**hàng hóa**	상품, 물건
dịch vụ	서비스	**cửa hàng tiện lợi**	(便利) 편의점
qua mạng (internet)	(인터넷)망을 통해	**xu hướng**	(趨向) 경향, 동향
đô thị hóa	(都市化) 도시화	**thực trạng**	(實狀) 실태, 현황
thời kỳ	(時期) 시기, 시대	**phổ biến**	(普遍) 보편적인
giải pháp	(解法) 해법		

HỘI THOẠI

A

Người bán:	Bà ơi, bà mua mở hàng cho cháu đi, cháu bán rẻ cho.
Bà An:	Giờ mà vẫn chưa ai mở hàng à?! Thế rau này cô bán thế nào?
Người bán:	5000 đồng một mớ ạ. Bà mở hàng, cháu bán vốn cho bà đấy ạ.
Bà An:	5000 ! Có rẻ đâu, còn đắt hơn mấy hôm trước. Sao giá mỗi ngày một đắt thế?
Người bán:	Bà ơi, dạo này trời mưa suốt, giá rau mỗi ngày một cao mà. Hôm nào giá xuống cháu lại bán cho bà giá rẻ hơn.
Bà An:	Thế tôi lấy 2 mớ, 9000 nhé, được không?
Người bán:	Thôi được, cháu mở hàng cho bà. Giá thế này, cháu chỉ bán cho bà thôi đấy ạ. Cháu không được đồng lãi nào đâu ạ,

B

Hoa: Hanna này, phụ nữ Hàn có thích đi mua sắm không?

Hanna: Thích chứ, phần lớn là thích.. Chắc phụ nữ Việt cũng thế hả?

Hoa: Đúng thế.

Hanna: Mình thấy siêu thị, đại siêu thị, mỗi ngày một nhiều. Người Việt thường mua sắm ở đâu?

Hoa: Mình và các bạn trẻ như mình thì thích đi siêu thị, đại siêu thị nhưng những người ở thế hệ bà mình, mẹ mình thì vẫn thích chợ truyền thống hơn. Người ở nông thôn cũng thế.

Hanna: Thế thì mình giống "người quê" Việt rồi. Mình thích đi chợ truyền thống lắm. Đi chợ được mặc cả, được nói chuyện với người bán, vui lắm!

Hoa: ⋯⋯?

Hanna: Siêu thị hay trung tâm thương mại được cái là có đủ loại hàng hóa, giá cố định, không lo bị mua hớ nhưng phải cái đắt hơn ở chợ. Sinh viên như mình, cái gì cũng mua ở siêu thị thì hơi khó khăn. Mua sắm ở siêu thị lại ít có cơ hội "giao lưu" tiếng Việt nữa.

Hoa: Ở siêu thị, cậu có thể xem mà không mua cũng không sao. Ở đó lại vừa sạch, vừa mát. Đi siêu thị nhiều khi không mua gì mà chỉ đi chơi cũng được mà⋯.

Hanna:	Biết rồi. Nhưng ở chợ mình được mặc cả, được nói chuyện với người bán hàng. Mình đã là khách quen, là bạn của nhiều người bán hàng đến mức không nhớ xuể tên của họ đấy. Họ không nói thách với mình···
Hoa:	Thảo nào, cậu nói tiếng Việt mỗi ngày một giỏi! Hóa ra không phải cậu đi chợ chỉ để mua sắm···
Hanna:	Đúng rồi, đi chợ truyền thống mình học được rất nhiều về văn hóa giao tiếp của người Việt. Cái này khó mà tìm nổi ở siêu thị hay trung tâm thương mại···
Hoa:	Cậu "siêu" thật!

TỪ VỰNG 2 (어휘 2)

(mua) mở hàng	개시하다(사다)	**(bán) mở hàng**	개시 하다(팔다)
vốn	자본, 자산	**mỗi ngày / lúc ··· một + tinh từ**	매일 / 때 마다 ... 하다
bán vốn	원가에 팔다	**mớ (rau)**	다발, 묶음(야채)
(mưa) suốt	내내(비가 오다)	**lấy, mua**	취하다, 사다
thôi được···	됐어요	**không được đồng lãi nào**	이자 하나 못 얻는다
đại siêu thị	(大超市) 대형 마트	**(trung tâm) thương mại**	(商賣) 쇼핑센터
(cửa hàng) tiện lợi	(便利) 편리한(편의점)	**giao lưu**	(交流) 교류하다
chợ truyền thống	(傳統) 전통시장	**mặc cả / trả giá**	값을 흥정하다
nông thôn	(农村) 농촌, 시골	**người quê**	시골 사람
Siêu	대단한	**siêu thật**	정말 대단한
giá cố định	(固定) 일정한 가격	**nói thách**	(값을) 비싸게 부르다
khách quen	단골	**hay thật**	정말 재미있는
hóa ra	결국은 ... 더라	**khó mà···.**	... 하기 어렵다
văn hóa giao tiếp	(文化交接) 의사소통 방식		

LUYỆN NÓI

I. Dựa vào nội dung các hội thoại, lựa chọn thông tin đúng

1. Hội thoại A xảy ra ở ______________.

① một chợ truyền thống

② một cửa hàng tiện lợi

③ một siêu thị

2. Theo hội thoại A, khách mua mở hàng là ______________.

① khách mở cửa hàng

② khách mua hàng đầu tiên

③ khách mua khi cửa hàng vừa mở

3. Theo hội thoại A, khách mua mở hàng thường được mua hàng với ______________.

① giá như bình thường

② giá rẻ hơn bình thường

③ giá đắt hơn binh thường

4. Theo hội thoại B, những người thích mua sắm ở chợ "hiện đại" là ______________.

① người trẻ

② phụ nữ

③ người già

5. Theo hội thoại B, Hana thích mua sắm ở chợ truyền thống vì ____________ .

① được mặc cả, mua hàng với giá rẻ hơn

② được thực hành tiếng Việt

③ cả ① và ②

6. Theo hội thoại B, Hoa nghĩ ưu điểm của "chợ hiện đại" là ____________ .

① tiện nghi, sạch đẹp

② vừa có thể mua, vừa có thể chơi ở đó.

③ cả ① và ②

II. Tập nói theo mẫu

Mẫu 1

- Con trai ông ấy **thông minh** nhưng hơi lười

→ - Con trai ông ấy thông minh(nhưng) phải cái là hơi lười

→ - Con trai ông ấy được cái là thông minh nhưng hơi lười

Tiếp tục với :

1. Thực phẩm này rẻ nhưng không tươi lắm (được cái là)

____

2. Cửa hàng tiện lợi khá tiện lợi nhưng giá hàng hóa ở đó hơi đắt (phải cái là)

____

3. Ở Hà Nội, đi bằng xe buýt rẻ và an toàn nhưng chậm (phải cái là)

4. Sống ở thành phố có nhiều cơ hội hơn, vui hơn nhưng bị ô nhiễm hơn ở nông thôn (được cái là)

5. Nói chung các chợ truyền thống đều có giá trị về kinh tế cũng như văn hóa, lịch sử nhưng vệ sinh còn kém (phải cái là)

6. Bà ấy dễ tính, vui vẻ nên nhiều người bán hàng rất thích bà ấy mua mở hàng (được cái là)

Mẫu 2

- Những người mua sắm ở chợ truyền thống đều là những người không có nhiều tiền.

→ **Không phải** những người mua sắm ở chợ truyền thống đều là những người không có nhiều tiền.

Tiếp tục:

1. Tất cả hàng hóa ở chợ truyền thống đều có chất lượng kém hơn ở "chợ hiện đại".

2. Câu thành ngữ "**tiền nào của ấy**" bao giờ cũng đúng.

3. Ngày nay, chợ truyền thống chỉ còn tồn tại ở nông thôn.

4. Mặt hàng nào chợ truyền thống cũng có.

5. Trong các siêu thị hoàn toàn không có hàng kém chất lượng.

6. Mặt hàng nào ở chợ truyền thống cũng rẻ hơn ở siêu thị.

III. Điền "*mỗi ngày một / càng ngày càng / mỗi lúc một*" vào chỗ trống các câu sau

1. Do biến đổi khí hậu, thiên tai trên trái đất ______ nhiều hơn và nghiêm trọng hơn.

2. Mưa ______ to, gió ______ mạnh, không thể đi ra ngoài bây giờ được.

3. Các con tôi ______ lớn, bố mẹ tôi ______ già.

4. Sau khi thực hiện cải cách, dịch vụ ở đây ______ tốt.

5. Bà ấy ______ lo lắng hơn vì đã muộn rồi mà con trai bà ấy chưa về, cũng không gọi điện thoại về cho bà.

6. Người cần việc nhiều hơn việc cần người nên ______ khó tìm được việc làm.

IV. Điền "*được / nổi / xuể*" vào chỗ trống các câu sau

1. Ông ấy nói ______ tiếng Việt nhưng không dịch ______ câu này vì câu này có thuật ngữ chuyên môn rất khó.

2. Hà Nội có rất nhiều phố có tên bắt đầu bằng chữ "hàng", nhiều người đã sống ở Hà Nội rất lâu nhưng cũng không nhớ ______.

3. Tôi không nhớ ______ anh đã sai hẹn bao nhiêu lần, cũng không nhớ ______ những lý do sai hẹn mà anh đã nói. Tôi không thể chịu ______ anh nữa.

4. Vấn đề này phức tạp lắm, tôi nghĩ chỉ có bà ấy mới giải quyết ______.

5. Tôi không bao giờ nghĩ rằng tôi có thể mua ______ hàng hóa ở cửa hàng xa xỉ ấy.

6. Giá cả ở siêu thị quá đắt, nông dân như tôi làm sao mà mua __________.

V. Chọn câu hỏi phù hợp với câu trả lời và câu trả lời phù hợp với câu hỏi

1. Tôi thích mua sắm ở siêu thị hơn.

① Chị thích mua sắm ở đâu?

② Chợ và siêu thị, chị thích mua sắm ở đâu hơn?

③ Chị có thích mua sắm ở siêu thị không?

2. Không, không bớt được nữa đâu, tôi bán thế là hòa vốn đấy.

① Đắt quá, bà bớt cho tôi đi.

② Bà bớt chút nữa, được không?

③ Cái này bao nhiêu tiền?

3. Vâng, nếu bà mua nhiều thì tôi sẽ bớt cho bà (bớt = giảm giá)

① Bà có bớt không?

② Cái này giá bao nhiêu?

③ Tôi mua nhiều thì bà bớt cho tôi chứ?

4. Cái này không được mặc cả à?

① Cô mua đi, giá rẻ đấy.

② Cô mua đi, hàng tươi và ngon lắm đấy.

③ Không, tôi nói giá bán đấy, không nói thách đâu.

5. Tôi mặc thử áo này, được không?

① Cô xem đi, áo ấy hợp với cô đấy.

② Được, cô thử đi.

③ Cái áo ấy đẹp mà không đắt đâu.

6. Cậu thấy kiểu này có hợp với tớ không?

① Kiểu ấy rất trẻ trung.

② Kiểu ấy đẹp nhưng mà đắt quá.

③ Có, hợp với cậu lắm, mua đi!

VI. Tập nói theo ngữ cảnh

Ngữ cảnh: Nói về thực trạng chợ truyền thống ở Seoul hiện nay

1. Ở thủ đô Seoul, chợ truyền thống còn tồn tại không? Hiện trạng thế nào?

2. Em và gia đình em có đi mua sắm ở chợ truyền thống không? Vì sao?

3. Những ưu thế của chợ truyền thống là gì?

4. Những hạn chế của chợ truyền thống là gì?

5. Theo em, ngoài chức năng mua bán (thương mại), chợ truyền thống còn có chức năng nào khác không? (chẳng hạn chức năng "không gian giao lưu của cả cộng đồng dân cư đô thị")

6. Theo em trong xu hướng đô thị hóa hiện nay, tương lai chợ truyền thống sẽ thế nào?

ĐỌC - HIỂU

I. Đọc hiểu bài đọc sau

CHỢ TRUYỀN THỐNG TRONG ĐÔ THỊ

Là một thành phố đã có hàng ngàn năm tuổi, Hà Nội có rất nhiều chợ truyền thống nổi tiếng, lâu đời. Đây có thể coi là một trong những di sản có giá trị văn hóa, lịch sử của Hà Nội. Chợ truyền thống trong đô thị không chỉ là nơi cung cấp hàng hóa, thực phẩm tươi sống cho cư dân thành phố mà còn là không gian giao tiếp công cộng của người dân, là địa điểm hấp dẫn du khách trong và ngoài nước. Ở chợ truyền thống, quan hệ giữa người mua với người bán nhiều khi trở thành quan hệ thân tình. Đi chợ để mua sắm đồng thời còn là dịp để trò chuyện, giao lưu giữa người bán với người mua. Chợ truyền thống còn là nơi tạo ra cơ hội, khuyến khích kinh tế tư nhân.

Cùng với sự phát triển kinh tế cũng như quá trình đô thị hóa, hiện đại hóa, nhiều hình thức "chợ hiện đại" như: cửa hàng tiện lợi (hay còn gọi là siêu thị mini), siêu thị, trung tâm thương mại đã xuất hiện ngày càng nhiều. Những kiểu "chợ hiện đại" này có hàng hóa phong phú, chất lượng khá đảm bảo, giá cả công khai, cố định…, đã đáp ứng nhu cầu mua sắm hàng hóa đa dạng, tiện lợi của khách hàng. Không những thế "chợ hiện đại" còn được thiết kế, xây dựng vừa đẹp vừa tiện nghi giúp khách hàng cảm thấy thoải mái, thư giãn khi mua sắm. Tuy nhiên, với tầng lớp bình dân, giá cả hàng hóa, đặc biệt là thực phẩm, còn cao so với chợ truyền thống. Với tầng lớp này, chợ truyền thống vẫn là nơi mua sắm yêu thích.

Khi tốc độ đô thị hóa đang diễn ra quá nhanh như hiện nay, Việt Nam cần phải quan tâm nhiều hơn đến vấn đề bảo tồn chợ truyền thống tại các đô thị. Chúng ta có thể nhận thấy, ở các đô thị của Việt Nam đã có những chợ truyền thống "bị làm hại" bởi sự cố gắng hiện đại hóa và biến chúng thành các trung tâm thương mại hay siêu thị. Lẽ ra chúng ta phải cố gắng duy trì và phát huy những giá trị truyền thống của những chợ truyền thống đó. Thực tế, nhiều đô thị trên thế giới sau khi phá bỏ chợ truyền thống, nay lại đang cố gắng khôi phục những khu chợ này. Đây là bài học kinh nghiệm cho Việt Nam.

Nhà nước cần thấy rằng chợ truyền thống đang phải đối mặt với sự cạnh tranh của hệ thống siêu thị, cửa hàng bán lẻ. Bởi vậy, để giữ được sự cân bằng giữa các mô hình này, cần phải đầu tư thêm vào các chợ để đảm bảo sự cạnh tranh. Vì bản thân siêu thị đã được đầu tư hạ tầng tốt, sạch sẽ, hiện đại hơn, có những phương cách vận hành tốt hơn về kinh tế.

TỪ VỰNG 3 (어휘 3)

di sản	(遺產) 유산	**không gian**	(空間) 공간
lâu đời	오래된	**giá trị**	(價値) 가치
đô thị hóa	(都市化) 도시화	**phong phú**	(豊富) 풍부한
đáp ứng	(答應) 응답하다	**nhu cầu**	(需求) 수요
thư giãn	긴장을 풀다	**tầng lớp**	계층
công khai	(公開) 공개하다	**bình dân**	(平民) 평민, 서민
cung cấp	(供給) 공급하다	**cửa hàng tiện lợi**	(便利) 편의점
khuyến khích	(勸激) 장려하다, 격려하다	**bảo tồn**	(保存) 보존하다
kinh tế tư nhân	(經濟私人) 사경제	**khôi phục**	회복하다
phá bỏ	무너뜨리다	**đối mặt**	대면하다
bài học kinh nghiệm	경험을 통한 교훈	**cạnh tranh**	(競爭) 경쟁하다
bán lẻ	소매로 팔다	**hạ tầng**	(下層) 하층
cân bằng	균형	**vận hành**	(運行) 운행하다
đầu tư	(投資) 투자하다	**phương cách**	(方格) 방법, 수단
mô hình	(模形) 모형		

II. Dựa vào nội dung bài đọc, trả lời những câu hỏi sau

1. Hà Nội đã từng có nhiều chợ truyền thống lớn, nổi tiếng. Hiện nay ở Hà Nội còn chợ truyền thống không?

2. Theo bài đọc hiện nay, so với trước đây, chợ truyền thống phát triển hơn hay giảm đi cả về số lượng chợ và qui mô chợ?

3. Theo bài đọc, những giá trị của chợ truyền thống là gì?

4. "Chợ hiện đại" có những ưu thế gì so với chợ truyền thống? Nhược điểm của "chợ hiện đại" là gì?

5. Có cần duy trì sự tồn tại của chợ truyền thống không? Cần phải làm gì để chợ truyền thống không "chết"?

III. Dựa vào bài đọc xác định những nhận định sau đúng hay sai

1. Chợ truyền thống tạo nên một trong những nét hấp dẫn về văn hóa, du lịch cho Hà Nội.

2. Giá cả là lý do duy nhất khiến cho người bình dân không muốn đi mua sắm ở "chợ hiện đại".

3. Cơ hội giao lưu thân mật giữa người bán và người mua là một lý do khiến nhiều người yêu thích mua sắm ở chợ truyền thống hơn ở siêu thị.

4. Kinh tế tư nhân có thể phát triển nhờ sự tồn tại của các chợ truyền thống.

5. Cơ sở hạ tầng cũng như dịch vụ của chợ truyền thống còn kém so với "chợ hiện đại".

6. Để cung cấp dịch vụ mua sắm tốt nhất cho mọi người dân, nên xóa bỏ chợ truyền thống, phát triển các loại hình "chợ hiện đại".

7. Nhiều nước trên thế giới đã từng có thời gian không hiểu đúng giá trị, vai trò của chợ truyền thống.

8. Để gìn giữ những giá trị cũng như nâng cao sức cạnh tranh của chợ truyền thống, cần phải đầu tư bảo tồn và nâng cấp cơ sở hạ tầng cho chợ truyền thống.

IV. Chọn ý nghĩa bên trái phù hợp với các từ bên phải

1. "bán không có lãi cũng không bị lỗ"	NÓI THÁCH
2. "cái gì đắt tiền hơn thì tốt hơn, đẹp hơn"	MẶC CẢ
3. "nói giá cao hơn giá định bán"	MUA MỞ HÀNG
4. "trả giá thêm bớt từng ít một để mua được rẻ"	BÁN (HÒA) VỐN
5. "là khách mua (hàng) đầu tiên trong ngày"	MUA HỚ
6. "mua (hàng) với giá đắt hơn giá bình thường"	TIỀN NÀO CỦA ẤY

V. Nói theo chủ đề (chuẩn bị ở nhà) từ 350 – 400 từ

1. Hãy nói về thực trạng chợ truyền thống hiện nay ở Hàn Quốc

2. Hãy nói về những mặt tích cực và hạn chế của chợ truyền thống ở Hàn Quốc

Bài 05

HÔN NHÂN VÀ GIA ĐÌNH

NHỮNG CÂU CẦN NHỚ

A

Con cái họ đã có gia đình cả chưa?

Các cháu nhà anh chị đã trưởng thành cả rồi chứ?

Gia đình ông ấy, bốn thế hệ sống cùng một nhà.

Ông bà ấy đã có đủ cả con dâu, con rể cháu nội, cháu ngoại rồi.

Ngày nay nam nữ kết hôn muộn hơn các thế hệ trước đây

Sau khi kết hôn, các bạn muốn sống riêng hay muốn sống chung với bố mẹ?

Sau khi kết hôn, nhiều người muốn sống riêng nhưng gần nhà bố mẹ.

Anh chị thích sinh con trai hay con gái?

Chúng tôi thích nhất là sinh được cả con trai, cả con gái.

Họ kết hôn với nhau vì yêu nhau hay do mai mối?

Họ quen nhau trên mạng, qua một trang web hẹn hò đấy.

B

Ai cũng muốn có một gia đình hạnh phúc.

Ai mà không (**chẳng**) muốn có một gia đình hạnh phúc.

Cha mẹ nào mà không (**chẳng**) yêu thương con mình.

Đất nước nào mà không (**chẳng**) có phong tục riêng.

Cô gái nào cũng thích một người đẹp trai như anh ta.

Cô gái nào mà không (**chẳng**) thích một người đẹp trai như anh ta.

Cô gái nào cũng không thích một người khó tính như anh ta.

Cô gái nào mà thích một người khó tính như anh ta.

Ai mà hiểu được họ muốn gì!

Mới 20 tuổi, chị ấy **đã** có 2 con.

Anh ấy **mới gặp** cô ấy một lần mà đã yêu ngay.

Giá cô ấy mạnh mẽ hơn **thì** cô ấy đã có thể làm việc mình muốn.

Giá anh ấy nghe lời khuyên của bố mẹ **thì** bây giờ cuộc sống của anh ấy đã khác.

C

Phản đối mãi, cuối cùng, ông bà ấy **đành** chấp nhận cuộc hôn nhân của con trai.

Vì công việc, họ **đành** sống xa nhau.

Không đủ tiền mua nhà riêng, chúng tôi **đành** thuê nhà (để ở).

Các bạn còn trẻ, khỏe và có kiến thức mà **đành** sống nghèo à?

Thế hệ của mẹ tôi, con cái không **dám** trái lời bố mẹ.

Anh ấy **dám** sống tự lập từ năm 18 tuổi.

Bạn có **dám** nói thật suy nghĩ của bạn không?

TỪ VỰNG 1 (어휘 1)

con cái	자녀	**trưởng thành**	(長成) 성장하다
con dâu	며느리	**con rể**	사위
cháu ngoại	(外) 외손주	**cháu nội**	(內) 친손주
riêng	개인의	**chung**	공동의
mai mối	중매하다	**mạng, internet**	인터넷
chấp nhận	(執認) 수락하다	**hẹn hò**	약속하다
phản đối	(反對) 반대하다	**giá…thì…**	... 한다면 ... 할텐데
đành	... 할 수 밖에	**suy nghĩ**	생각하다
trái lời	말을 어기다	**(cuộc) hôn nhân**	(婚姻) 혼인하다(혼인)
dám	감히 ...하다	**tự lập**	(自立) 독립하다
đồng ý	(同意) 동의하다		

HỘI THOẠI

A

Mai: Mary này, tháng sau, chị Hương mình cưới đấy, Mary đến nhé?

Mary: Ôi! Chị Hương sắp cưới à? Vui quá! Mình đến chứ, mình đã mong được dự một đám cưới Việt Nam từ lâu.

Mai: Mình sẽ gửi thiếp mời cho Mary. Mary đến dự đám cưới, chị Hương và nhà mình sẽ vui lắm đấy!

Mary: Mình đang háo hức lắm đây. Mà, mình cũng hơi ··· tò mò! Chị Hương cậu còn trẻ lắm, mới 23, 24, phải không? Với lại, anh rể tương lai của cậu thế nào?

Mai: Anh chị ấy bằng tuổi nhau, 23 tuổi. Họ **mới** gặp và yêu nhau được khoảng 6 tháng **đã** quyết định kết hôn với nhau.

Mary: Oa! Hẳn là anh chị ấy yêu nhau lắm. Bố mẹ cậu ủng hộ anh chị ấy chứ?

Mai: Lúc đầu cả bố mẹ mình lẫn bố mẹ của anh ấy đều phản đối, cho rằng kết hôn như vậy là hơi sớm, nhất là anh ấy, mới 23 tuổi đã kết hôn. Sớm quá!

Mary: Thế rồi···?

Mai: Anh chị ấy dám tranh luận với bố mẹ và kiên quyết bảo vệ quyết định của mình. Cuối cùng bố mẹ hai bên đành chấp nhận đấy. Bố mẹ nào mà "thắng" được con cái.

Mary: Đúng thế. **Bố mẹ nào mà không muốn** con cái hạnh phúc? Bây giờ anh chị ấy vui lắm nhỉ?

B

Park: Nói chuyện với bà ngoại của anh hay quá!

Hoàng: Bà ngoại của tôi vui tính, hiểu biết nhiều lắm mà!

Park: Chuyện gì bà cũng biết, bà "cập nhật" tình hình xã hội còn hơn nhiều người trẻ, nhỉ?

Hoàng: Đúng thế. Bà tôi **vốn là** người rất thông minh, **ăn nói** lại rất có duyên. **Giá** hồi trẻ được đi học như con trai **thì** bà tôi đã có một sự nghiệp đấy.

Park: ......?

Hoàng: Không được học cao, nhưng bà tôi vẫn có một sự nghiệp rất thành công, đấy là "sự nghiệp gia đình". Các con cháu của bà đều thành đạt tử tế, không ai dám coi thường!

TỪ VỰNG 2 (어휘 2)

ôi!	오!	**dự, tham dự**	(參與) 참여하다
mong, mong ước	희망하다, 바라다	**nhà, cả nhà (mình)**	가족, 온 가족
thiếp mời	청접장, 초대장	**háo hức**	기대하다
tò mò	궁금하다	**với lại**	게다가
anh rể (tương lai)	형부, 매형(미래)	**nhất là**	특히 ...이다
ủng hộ	(擁護) 지지하다	**hẳn là**	그는 ...이다
dám / không dám	감히 / 감히 ...할 수 없다	**phản đối**	(反對) 반대하다
tranh luận	(爭論) 논쟁하다	**kiên quyết**	단호한
thắng / thua	이기다 / 지다	**chấp nhận**	(執認) 수락하다
bà ngoại	(外) 외할머니	**vui tính**	활발한
vốn (là)	원래, 본래	**cập nhật**	(及日) 최신의
có duyên	우아한	**ăn nói**	말하다
thành đạt, thành công	(成達, 成功) 성공하다	**sự nghiệp**	(事業) 사업
tử tế	친절한	**coi thường**	무시하다

LUYỆN NÓI

I. Dựa vào các hội thoại, lựa chọn đáp án đúng

1. Theo hội thoại A, Mary rất muốn được dự đám cưới của chị Hương vì ________.

① Mary là bạn rất thân của Mai.

② Mary rất muốn biết đám cưới Việt Nam thế nào.

③ Mary muốn biết món ăn trong tiệc cưới Việt thế nào.

2. Theo hội thoại A, kết hôn khi 23 tuổi là ________.

① Sớm so với bình thường

② Không sớm không muộn so với bình thường

③ Hơi muộn so với bình thường

3. Theo hội thoại A, chị gái Mai quyết định kết hôn với người mà ________.

① Chị ấy được giới thiệu

② Chị ấy làm quen qua mạng

③ Chị ấy gặp và yêu

4. Theo hội thoại A, hôn nhân của chị gái Mai do ________.

① Chị ấy và bạn trai chị ấy quyết định

② Gia đình chị ấy quyết định

③ Gia đình chị ấy và gia đình ban trai chị ấy quyết định

5. Theo hội thoại B, bà ngoại của Hoàng là một người ________________.

① có một sự nghiệp thành công

② có một gia đình hạnh phúc

③ vừa có một sự nghiệp thành công vừa có một gia đình hạnh phúc

6. Theo hội thoại B, thời bà ngoại Hoàng còn trẻ, phụ nữ Việt Nam ________________.

① có nhiều quyền hơn nam giới

② bình đẳng với nam giới

③ có ít quyền hơn nam giới

II. Lựa chọn câu đồng nghĩa với câu đưa ra dưới đây

1. Mới 20 tuổi anh ấy đã kết hôn.

① Anh ấy kết hôn khi còn quá trẻ.

② Anh ấy kết hôn ở độ tuổi phù hợp.

③ Anh ấy kết hôn muộn.

2. Mới yêu nhau được 3 tháng họ đã quyết định kết hôn.

① Họ đã quyết định kết hôn không nhanh cũng không chậm.

② Họ đã quyết định kết hôn quá chậm.

③ Họ đã quyết định kết hôn quá nhanh.

3. Bố mẹ anh ấy nói mà anh ấy còn không nghe nữa là tôi.

① Bố mẹ anh ấy nói mà anh ấy không nghe nên tôi không nói nữa.

② Bố mẹ anh ấy nói mà anh ấy còn không nghe thì làm gì có chuyện anh ấy nghe tôi.

③ Tôi nghe là bố mẹ anh ấy nói mà anh ấy không nghe nữa.

4. Bố mẹ nào mà không yêu thương con cái?

① Không bố mẹ nào không yêu thương con cái.

② Bố mẹ nào cũng không yêu thương con cái.

③ Không bố mẹ nào yêu thương con cái.

5. Ai mà không muốn được kết hôn với người mình yêu?

① Ai cũng muốn được kết hôn với người mình yêu.

② Người nào mà muốn kết hôn với người mình yêu.

③ Không ai mà muốn kết hôn với người mình yêu.

6. Không có tiền thuê căn hộ 3 phòng ngủ, gia đình tôi đành thuê căn 2 phòng ngủ.

① Không có tiền thuê căn hộ 3 phòng ngủ, gia đình tôi thuê căn 2 phòng ngủ vậy.

② Không có tiền thuê căn hộ 3 phòng ngủ, gia đình tôi thuê căn 2 phòng ngủ thế.

③ Không có tiền thuê căn hộ 3 phòng ngủ, gia đình tôi thuê căn 2 phòng ngủ thôi.

III. Lựa chọn câu trả lời phù hợp với câu hỏi và ngược lại

1. Người Việt thường tổ chức đám cưới ở nhà hay ở khách sạn?

① Vâng, người Việt thích tổ chức đám cưới ở khách sạn.

② Người Việt ngày nay thích tổ chức đám cưới theo kiểu phương Tây.

③ Ở nông thôn, thường tổ chức ở nhà còn ở thành phố thường tổ chức ở khách sạn.

2. Trang phục cưới của người Việt theo kiểu truyền thống hay theo kiểu hiện đại, phương Tây?

① Phải, trang phục cưới kiểu phương Tây được ưa thích hơn trang phục cưới kiểu truyền thống.

② Thường thường, khi làm lễ tại nhà thì mặc trang phục kiểu truyền thống còn khi tiếp khách trong tiệc cưới thì mặc kiểu hiện đại, phương Tây.

③ Trong đám cưới, cô dâu chú rể không chỉ mặc trang phục kiểu truyền thống mà còn mặc trang phục kiểu hiện đại, phương Tây.

3. Họ có đẹp đôi không?

① Cả hai cùng đẹp.

② Có, họ rất đẹp đôi.

③ Họ là một đôi rất đẹp.

4. Có, trong gia đình chúng tôi, chồng tôi và con trai tôi cũng làm việc nhà.

① Trong gia đình chị, những ai làm việc nhà?

② Chồng chị và con trai chị cũng giúp chị việc nhà chứ?

③ Trong gia đình chị, chồng và con trai chị có làm việc nhà không?

5. Độ tuổi kết hôn trung bình ở Việt Nam là 24,6 tuổi.

① Thường thì người Việt Nam kết hôn khi bao nhiêu tuổi?

② Độ tuổi kết hôn trung bình ở Việt Nam là bao nhiêu?

③ Trung bình, người Việt Nam kết hôn ở khoảng tuổi 24, 6, phải không?

6. Theo luật pháp Việt Nam, tuổi kết hôn của nam là 20 tuổi, còn nữ là 18.

① Theo luật pháp Việt Nam, tuổi kết hôn của nam và nữ có khác nhau không?

② Theo luật pháp Việt Nam, tuổi kết hôn của nam muộn hơn hay bằng nữ?

③ Theo luật pháp Việt Nam, tuổi kết hôn của nam là bao nhiêu, của nữ là bao nhiêu?

IV. Tập nói theo ngữ cảnh

1. ***Hiện nay, điều kiện quan trọng nhất để cá nhân mình nói riêng, mọi người nói chung) quyết định kết hôn với một người là gì? Theo ý kiến của em, thứ tự ưu tiên của những điều kiện này là thế nào?***

- Yêu
- Kinh tế
- Tính cách
- Gia đình
- Những điều kiện khác...

2. ***Hiện nay, quyết định hôn nhân thường phụ thuộc vào, một là quyết định của bản thân và hai là quyết định của bố mẹ, gia đình. Vậy, theo em:***

- Một cá nhân tự quyết định hôn nhân của mình chắc chắn sẽ hạnh phúc?
- Một cá nhân không được tự quyết định hôn nhân chắc không có hạnh phúc?
- Hãy thử phân tích những điểm tích cực, những điểm tiêu cực của mỗi loại?

3. ***Hiện nay trong các hình thức kết hôn qua mai mối, kết hôn vì tình yêu, kết hôn qua hình thức làm quen, hẹn hò qua mạng, … Em thấy, hình thức nào phổ biến nhất? Nói về những điểm tích cực, tiêu cực của mỗi hình thức.***

4. ***Thử lý giải tại sao, những nước phát triển, dường như tuổi kết hôn ngày càng muộn, tỷ lệ kết hôn ngày càng thấp, tỷ lệ ly hôn ngày càng cao, tỷ lệ sinh ngày càng thấp… so với những nước nghèo, nước đang phát triển…?***

5. ***Mô hình gia đình hạt nhân và gia đình nhiều thế hệ cùng chung sống, mô hình nào ngày nay phổ biến hơn? Thử trình bày ý kiến về những ưu thế cũng như những hạn chế của mỗi mô hình?***

ĐỌC - HIỂU

GIA ĐÌNH VÀ HÔN NHÂN Ở VIỆT NAM NGÀY NAY

Với đại đa số người Việt Nam, hôn nhân và gia đình vẫn là giá trị quan trọng nhất. Trong nhiều năm qua, hệ giá trị trong gia đình Việt Nam đã có nhiều thay đổi. Cùng với những thay đổi đó, vị thế của các thành viên và nhiều giá trị cốt lõi trong gia đình cũng thay đổi theo.

Những thay đổi của gia đình Việt Nam, mấy thập kỷ gần đây, chủ yếu xuất phát từ những thay đổi kinh tế, xã hội và điều kiện sống ở Việt Nam. Trước đây, trong mỗi gia đình thường có nhiều thế hệ cùng chung sống. Hiện nay, gia đình hạt nhân là mô hình phổ biến nhất. Đại đa số các gia đình Việt Nam lựa chọn sống trong gia đình hạt nhân và sống gần cha mẹ già. Mô hình này chiếm khoảng 70% tổng số gia đình trong cả nước. Sở dĩ mô hình này luôn chiếm ưu thế vì nó phù hợp với điều kiện sống và lối sống của người Việt Nam. Thế hệ các cha mẹ già ngày càng ưa thích sống độc lập và duy trì mối quan hệ gần gũi với con cái thay vì sống chung cùng nhà với các con.

Mối quan hệ giữa các thành viên trong gia đình Việt Nam ngày càng bình đẳng hơn, nhất là giữa vợ và chồng. Sự thay đổi này là do cuộc sống thực tế và nỗ lực của phụ nữ trong việc tham gia lao động có thu nhập và nâng cao trình độ học vấn. Tỉ lệ biết chữ cũng như tỉ lệ có bằng cấp cao của phụ nữ không hề thua kém nam giới. Những thay đổi này đã cải thiện vị trí của phụ nữ trong gia đình, khiến cho tiếng nói của họ cũng ngày càng được tôn trọng hơn. Quan hệ cha mẹ - con cái cũng ngày càng dân chủ hơn vì các thế hệ càng về sau càng hiểu biết hơn do có điều kiện học hành và tiếp cận tri thức nhiều hơn. Vì thế, con cái ngày càng chủ động hơn trong những quyết định hệ trọng liên quan đến bản thân mình như nghề nghiệp, việc làm và hôn nhân hay cách sống.

Tương lai, gia đình hạt nhân sẽ vẫn tiếp tục là mô hình chủ đạo và sẽ ngày càng phổ biến hơn nữa, nhất là khi dịch vụ xã hội chăm sóc người cao tuổi được cải thiện tốt hơn. Tuy nhiên, khác với gia đình phương Tây, các thế hệ con cái ở Việt Nam sẽ vẫn tiếp tục duy trì cách sống gần cha mẹ già để có thể thường xuyên thăm hỏi, giúp đỡ. Quy mô gia đình phần lớn sẽ dao động xung quanh hai đến bốn người với một cặp vợ chồng và một đến hai đứa con. Số gia đình độc thân và gia đình chỉ có cha hoặc mẹ sống với con, sẽ tăng lên vì số người không kết hôn và số người ly hôn sẽ tăng, dù chậm hơn nhiều so với các nước khác. Dù thế nào, các giá trị truyền thống khác của gia đình Việt Nam như con cháu nhớ đến cội nguồn, gắn bó với gia tộc, con cái hiếu thảo với cha mẹ, cha mẹ có trách nhiệm với con cái, anh chị em thương yêu, có trách nhiệm với nhau …v.v, là những giá trị quý báu cần được gìn giữ và phát huy.

(Theo Khuất Thu Hồng, Viện Nghiên cứu PTXH)

TỪ VỰNG 3 (어휘 3)

đại đa số	(大多數) 대부분, 대다수	**hệ giá trị**	(系價值) 가치관
vị thế	(位勢) 위세, 위상	**cốt lõi**	핵심
gia đình hạt nhân	(家庭) 핵가족	**mô hình**	(模彩) 모형
chiếm ưu thế	(占優勢) 우세하다	**lối sống**	사는 방식
bình đẳng	(平等) 평등한	**học vấn**	(學問) 학문
tiếng nói, ý kiến	(意見) 의견	**dân chủ**	(民主) 민주적인
tiếp cận	(接近) 접근하다	**hệ trọng**	(系重) 중요한
chủ đạo	(主導) 주도하는	**duy trì**	(維持) 유지하다
dao động	(搖動) 동요하다, 흔들대다	**dù thế nào**	아무래도
cội nguồn	근원	**gia tộc**	(家族) 가둔, 족보
hiếu thảo	효도하다	**phát huy**	(發揮) 발후 하다

II. Dựa vào bài đọc hiểu, trả lời những câu hỏi dưới đây

1. Đối với hầu hết người Việt Nam, ngày nay hôn nhân và gia đình có quan trọng không?

2. Sự thay đổi trong hệ giá trị của gia đình Việt Nam những thập niên gần đây kéo theo nó những gì?

3. Mô hình gia đình phổ biến nhất của Việt Nam hiện nay là gì? Có thể nói rằng mô hình này phản ánh xu hướng kém gắn bó hơn giữa các thành viên trong đình Việt không? Tai sao?

4. Thế hệ trẻ yêu thích mô hình gia đình hạt nhân còn thế hệ cha mẹ già vẫn muốn sống cùng con cái, trong gia đình có nhiều thế hệ, đúng không? Thực tế thế nào?

5. Nhân tố nào giúp cho gia đình Việt Nam bình đẳng, dân chủ hơn? Tại sao vai trò của phụ nữ trong gia đình càng ngày càng được nâng cao hơn?

6. Trong tương lai, mô hình gia đình Việt sẽ nhỏ hơn, mỗi thành viên sẽ độc lập hơn nhưng sẽ thiếu gắn kết hơn, đúng không?

III. Dựa vào bài đọc hiểu, xác định đáp án đúng

1. Nhận định chung của tác giả bài viết về gia đình Việt Nam hiện nay là

____

① ngày càng nhỏ hơn và thiếu gắn kết hơn

② ngày càng bình đẳng hơn, dân chủ hơn nhưng thiếu gắn kết hơn

③ nhỏ hơn trước nhưng bình đẳng hơn, dân chủ hơn mà vẫn gắn kết

2. Các thế hệ con cái ở Việt Nam sẽ vẫn tiếp tục duy trì cách sống

______________________.

① cùng nhà với ông bà, bố mẹ

② riêng, xa, hoàn toàn tách biệt với ông bà cha mẹ

③ riêng, gần ông bà, cha mẹ

3. Nội dung chính của đoạn 2 là

① về mô hình gia đình phổ biến nhất ở Việt Nam hiện nay

② số lượng thành viên trong mô hình gia đình hạt nhân ở Việt Nam

③ quan hệ giữa các thành viên trong mô hình gia đình hạt nhân ở Việt Nam

4. Nếu muốn biết về những thay đổi trong những mối quan hệ giữa các thành viên trong gia đình Việt Nam ngày nay, cần đọc ở đoạn nào?

① đoạn 1

② đoạn 3

③ đoạn 2

5. Nếu muốn biết vì sao vai trò của phụ nữ Việt Nam trong gia đình đã được nâng cao hơn, cần đọc đoạn nào?

① đoạn 3

② đoạn 1

③ đoạn 4

6. Đoạn 4 có nội dung chính là

① về gia đình Việt Nam trong tương lai

② về những giá trị không bao giờ mất đi của gia đình Việt.

③ về gia đình Việt Nam trong tương lai và những giá trị truyền thống của gia đình Việt cần gìn giữ và phát huy.

IV. Chọn ý nghĩa bên trái phù hợp với các từ bên phải

1. "(Đôi trai gái) rất cân xứng nhau"	TỨ ĐẠI ĐỒNG ĐƯỜNG
2. "Quan hệ giữa hai gia đình có con cái kết hôn với nhau"	ĐẸP ĐÔI
3. "Giới thiệu, kết nối người nam và người nữ để kết hôn"	KẾN CHỌN
4. "4 đời cha, con, cháu chắt cùng sống trong một nhà"	MÔN ĐĂNG HỘ ĐỐI
5. "Tìm chọn rất kĩ"	MAI MỐI
6. "Gia đình nhà trai và nhà gái tương xứng với nhau về tài sản và địa vị xã hội"	THÔNG GIA

V. Nói theo chủ đề (chuẩn bị ở nhà) từ 350 -400 từ

1. Nói về gia đình truyền thống Hàn Quốc

2. Nói về hôn nhân của giới trẻ Hàn Quốc hiện nay

Bài 6

GIẢI TRÍ – THỂ THAO
Anh có thích leo núi không?

NHỮNG CÂU CẦN NHỚ

A

Anh (chị) có thích thể thao không?

Tôi rất thích thể thao, nhất là bóng đá

Anh (chị) thích môn thể thao nào?

Các em thích môn thể thao nào nhất?

Tôi thích quyền anh

Các môn thể thao trong nhà, ngoài trời và dưới nước

Anh (chị) có biết chơi bóng chuyền (cờ vua, cầu lông···) không?

Người Hàn có thích thể thao không?

Ở Hàn Quốc, môn thể thao nào phổ biến nhất?

Thể dục và thể thao tốt cho sức khỏe!

B

Anh (chị) thích làm gì khi rỗi (rãi)?

Tôi thích chơi nhạc (câu cá, bơi, xem ti vi,⋯).

Chị có thích xem xiếc không?

Không, tôi không thích.

Sở thích của anh (chị) là gì?

Sở thích của tôi là đọc sách.

Ngày nghỉ, ông (bà) thường làm gì?

Ngày nghỉ, chúng tôi thường ở nhà nghỉ ngơi.

Cuối tuần anh (chị) thường đi giải trí ở đâu?

Gia đình anh (chị) có hay đi du lịch không?

Hình thức giải trí phổ biến của người Hàn là gì?

Hình thức giải trí ưa thích của thế hệ trẻ Hàn Quốc hiện nay là gì?

C

Trận đấu thế nào?

Kết quả trận đấu thế nào?

Trận bóng đá tối qua có hay không?

Đội nào thắng, đội nào thua?

Tỷ số (trận đấu) là bao nhiêu?

Tỷ số trận bóng đá tối qua là 3-2.

Đội nào vô địch?

Đội nào đoạt huy chương vàng (bạc, đồng)?

Các cầu thủ chơi thế nào?

Trọng tài là người nước nào?

Huấn luyện viên của đội bóng đá Việt Nam hiện nay là người nước nào?

TỪ VỰNG 1 (어휘 1)

giải trí	(解智) 레저	**thể thao**	(體操) 스포츠, 체육
chơi (thể thao)	놀다(운동하다)	**môn (thể thao)**	부문, 종목(스포츠)
trong nhà	실내	**ngoài trời**	실외
quyền anh	(拳英) 권투	**cờ vua**	체스
bóng đá	축구	**bóng chuyền**	배구
cầu lông	배드민턴	**ten – nít, quần vợt**	테니스
phổ biến	(普遍) 보편적인	**sức khỏe**	건강
sở thích	취미	**thói quen**	습관
hình thức	(形式) 형식	**ưa thích**	좋아하다
thế hệ	(世系) 세대	**trận, trận đấu**	경기, 시합
kết quả	(結果) 결과	**thắng**	(勝) 이기다
đội	팀	**thua**	지다
tỷ số	스코어, 비율	**vô địch**	(無敵) 우승하다, 무적의
đoạt, giành	따다, 차지하다	**huy chương**	(徽章) 메달, 훈장
vàng	금	**bạc**	은
đồng	(銅) 동	**cầu thủ**	(球手) 선수
trọng tài	(仲裁) 심판	**huấn luyện viên**	(訓練員) 감독, 코치

HỘI THOẠI

A

Lâm: Hải này, trong các môn thể thao, cậu thích nhất môn nào?

Hải: Mình thích bóng đá nhất. Còn cậu, cậu thích chơi môn gì?

Lâm: Mình thích chơi bóng chuyền...

Hải: Thế cậu có biết bơi không?

Lâm: Có, mình biết bơi nhưng không giỏi lắm! Chỉ bơi được khoảng 100 mét thôi. Còn cậu, chắc cậu bơi giỏi lắm, phải không?

Hải: Nói chung cũng được. Hồi học trung học phổ thông, tớ có thể bơi qua sông Hồng.

Lâm: Ồ, thế thì cậu bơi quá giỏi!

B

Nữ:	Hàng ngày, anh Hòa có hay chơi thể thao không?
Nam:	Có chứ! Ngày nào tôi cũng chơi···
Nữ:	Anh thích chơi môn gì?
Nam:	Tôi thích nhiều môn lắm: bóng đá, bóng chuyền, ten nít, bơi ··· Nhưng mê nhất và giỏi nhất là bóng đá. Trước đây tôi là một thủ môn xuất sắc trong đội bóng của trường đấy. Tôi thích đá bóng đến nỗi quên cả học hành, thường bị thầy giáo phê bình vì trốn học đi đá bóng.
Nữ:	Thế sao anh không trở thành cầu thủ chuyên nghiệp?
Nam:	À, vì một lần tôi bị tai nạn gãy chân rồi sau đó không đủ sức khỏe để đá bóng nữa, với lại bố mẹ tôi cũng không thích tôi theo nghề cầu thủ mà muốn tôi đi học ngành quản trị kinh doanh để sau này về quản lý công ty cho gia đình···

TỪ VỰNG 2 (어휘 2)

bơi	수영하다	**nói chung**	일반적으로 말하다
hồi	시절, 때	**trung học phổ thông**	(中學普通) 고등학교
chắc (là…)	분명히 ...이다	**mê, say mê**	매우 좋아하다, 미치다
thủ môn	골키퍼	**xuất sắc**	(出色) 우수한
hậu vệ	(後衛) 수비수	**tiền vệ**	미드필더
tiền đạo	(前導) 공격수	**đội (bóng đá,…)**	팀(축구, ...)
đến nỗi…	... 할 정도로	**trốn (học)**	피하다(땡땡이 치다)
cầu thủ	(球手) 선수	**chuyên nghiệp**	(專業) 전문의
(bị) tai nạn	(災難) 사고(당하다)	**gãy (chân, tay…)**	(팔, 다리) 부러지다
với lại	게다가	**ngành**	분야, 업계
quản trị	(管治) 관리하다	**kinh doanh**	(經營) 경영하다
quản lý	(管理) 관리하다	**công ty**	(公司) 회사

LUYỆN NÓI

I. Tập nói theo hình ảnh

1. Hãy cho biết tên các môn thể thao dưới đây

2. Hãy cho biết tên các hình thức giải trí dưới đây

1

2

3

4

5

6

7

8

9

10

11

12

II. Nói theo ngữ cảnh

1. Tập nói theo mẫu

Mẫu 1

bóng bàn – nhanh tay nhanh mắt

A: Cậu có thích chơi thể thao không?

B: Có. Tớ rất thích chơi thể thao

A: Trong các môn thể thao, cậu thích nhất môn nào?

B: Tớ thích nhất **bóng bàn.**

A: Cậu thấy chơi bóng bàn có những tác dụng gì?

B: Tớ thấy chơi bóng bàn có tác dụng **nhanh tay nhanh mắt**

Tiếp tục với:

bóng đá – khỏe mạnh và đề cao sức mạnh tập thể

A:

B:

A:

B:

A:

B:

bóng rổ - khéo léo và phát triển chiều cao

A:

B:

A:

B:

A:

B:

bóng chày – nhanh nhẹn và đề cao sự hợp tác

A:

B:

A:

B:

A:

B:

Mẫu 2

nghe nhạc – lướt web - ở nhà – quán cà phê

Lee: Này, anh Park, lúc rỗi rãi anh thường thích làm gì?

Park: À, lúc rỗi tôi thường thích nghe nhạc. Thế còn chị?

Lee: Tôi thì thường lướt web. Anh thường nghe nhạc ở đâu?

Park: Ở nhà, chị ạ. Thế còn chị?

Lee: Tôi thường vào quán cà phê cùng một vài bạn bè···

Tiếp tục với:

đọc sách – đạp xe đạp – thư viện - công viên

A:

B:

A:

B:

A:

B:

giao lưu với bạn bè – đi câu cá – quán cà phê - ngoại ô thành phố

A:

B:

A:

B:

A:

B:

mua sắm – đi thăm bố mẹ - cửa hàng thời trang- về quê

A:

B:

A:

B:

A:

B:

2. Tập nói theo chủ đề

Mẫu

Trong rất nhiều môn thể thao, tôi thích nhất là bơi. Tôi thích môn thể thao này với những lý do sau: Thứ nhất, tôi thấy bơi là môn thể thao dưới nước. Nước sẽ làm cho cơ thể tôi mát mẻ và dễ chịu hơn. Sau khi bơi khoảng nửa tiếng hoặc một tiếng, tôi cảm thấy cơ thể được thư giãn và hết mệt mỏi. Lý do thứ hai, bơi giúp tôi nâng cao sức khỏe và giảm cân. Bơi làm cho cơ bắp của tôi khỏe hơn và phòng tránh các bệnh về tim, phổi. Cuối cùng, bơi còn là một kỹ năng sống rất quan trọng bởi vì nếu bạn không biết bơi sẽ rất nguy hiểm khi bị rơi xuống nước. Tóm lại, bơi không chỉ là một môn thể thao phổ biến, rất tốt cho sức khỏe mà còn là một kỹ năng rất cần thiết trong cuộc sống.

Bóng đá

Bóng chày

Ten-nít

ĐỌC - HIỂU

I. Đọc bài đọc sau

Đoạn văn 1

Vui chơi, giải trí là hoạt động nhằm mục đích giúp con người hồi phục năng lượng, sau những ngày học tập và làm việc mệt nhọc... Mỗi người đều có một sở thích, không ai giống ai, do đó hình thức giải trí của họ cũng không giống nhau. Một số người thích các hoạt động nghệ thuật, như vẽ tranh, chụp ảnh, làm vườn···, một số khác lại thích các hoạt động liên quan đến luyện tập sức khỏe, như đi dạo, đi bộ, tập thể dục, khiêu vũ ···v.v. Nhiều người giải trí bằng hình thức chơi điện tử, xem ti-vi, nghe nhạc, xem phim, truy cập Internet hay đi du lịch··· Cũng có người thích đi chợ, nấu ăn, gặp gỡ giao lưu bạn bè··· Nói tóm lại, các hoạt động vui chơi, giải trí ngày nay vô cùng phong phú, nhất là ở các thành phố lớn. Tuy nhiên, điều cần lưu ý là các hoạt động vui chơi, giải trí cần có mục tiêu rõ ràng, phù hợp với từng lứa tuổi và hoàn cảnh của mỗi người.

Đoạn văn 2

Bơi xuất hiện ở châu Âu vào những năm 1800 và trở thành môn thể thao thi đấu ở đại hội thể thao Olympic tại Athens năm 1896. Năm 1908 Liên đoàn bơi thế giới -Fédération Internationale de Natation (FINA), được thành lập. Bơi là môn thể thao dưới nước. Nước có tác dụng rất quan trọng đối với da. Như một chiếc máy điều hòa, nước tác dụng vào da và qua da ảnh hưởng đến hệ thống thần kinh trung ương và toàn bộ cơ thể. Các nhà nghiên cứu thể thao cho rằng bên cạnh khả năng phòng, chống một số bệnh tật, rèn luyện cơ bắp và một số cơ quan nội tạng, bơi lội còn là một môn thể thao rèn luyện cho con người có một cơ thể khỏe mạnh và thân hình cân đối.

TỪ VỰNG 3 (어휘 3)

hoạt động	(活動) 활동	mục đích	(目的) 목적
hồi phục	(回復) 회복하다	năng lượng	(能量) 에너지
hình thức	(形式) 형식	nghệ thuật	(藝術) 예술
liên quan	(聯關) 연관되다, 관계되다	luyện tập	(練習) 연습하다
chơi điện tử	(電子) 게임을 하다	truy cập	접속하다, 접근하다
giao lưu	(交流) 교류하다	phong phú	(豊富) 풍부한
lưu ý	(留意) 유의하다	phù hợp	(符合) 부합하다
lứa tuổi	연령대	hoàn cảnh	(環境) 환경
xuất hiện	(出現) 출현하다, 나타나다	thi đấu	시합하다, 겨루다
đại hội	(大會) 대회	liên đoàn	(联團) 연합
tác dụng	(作用) 역할, 기능	thần kinh	(神經) 신경
đánh giá	평가하다	phòng (bệnh)	(병) 방, 실
bệnh tật	질병	cơ bắp	근육
cơ quan	(機關) 기관	nội tạng	(內臟) 내장
thân hình	(身形) 신체, 체격	cân đối	균형잡힌

I. Đọc, hiểu các câu dưới đây, cho biết chúng thuộc đoạn văn nào trong bài đọc

1. Có nhiều loại hình thức vui chơi giải trí khác nhau
2. Bơi lội tạo cho con người có một cơ thể khỏe mạnh và thân hình cân đối.
3. Chơi điện tử, xem ti-vi, nghe nhạc, xem phim, truy cập Internet hay đi du lịch···, đều là những hình thức giải trí phổ biến của con người.
4. Ngoài rèn luyện cơ bắp và một số cơ quan nội tạng, bơi lội còn có khả năng phòng, chống một số loại bệnh tật.
5. Sở thích của mọi người đều khác nhau nên hình thức giải trí cũng khác nhau.
6. Bơi là môn thể thao dưới nước.

II. Chọn ý đúng / sai

1. Bơi lội là một môn thể thao có nhiều tác dụng quan trọng đối với sức khỏe con người.
2. Bơi lội có nguồn gốc từ châu Á.
3. Có nhiều hình thức giải trí khác nhau tùy thuộc vào sở thích của mỗi người.
4. Liên đoàn bơi thế giới (Fédération Internationale de Natation) viết tắt là FINA.
5. Giải trí là một hoạt động nhằm hồi phục sức khỏe cho con người sau một thời kỳ ốm đau, bệnh tật.
6. Vui chơi, giải trí không cần phù hợp với từng lứa tuổi và hoàn cảnh của mỗi người.

III. Trả lời bằng cách lựa chọn đáp án đúng

1. Mục đích chính của vui chơi, giải trí là gì?

① giúp con người hồi phục năng lượng sau những hoạt động mệt nhọc.

② sau những ngày học tập và làm việc mệt nhọc

③ sau khi năng lượng con người bị suy giảm

④ đáp án ② và ③

2. Bơi lội được đưa vào thi đấu tại đại hội thể thao Olympic tại Athens năm nào?

① năm 1800

② năm 1896

③ năm 1908

④ năm 1898

3. Đại hội thể thao Olympic tại Athens năm 1896 diễn ra ở quốc gia nào?

① Hy Lạp

② Ai Cập

③ Pháp

④ Anh

4. Liên đoàn bơi thế giới (FINA) được thành lập năm nào?

① năm 1800

② năm 1898

③ năm 1906

④ năm 1896

5. Nước tác dụng và ảnh hưởng đến hệ thống thần kinh trung ương và toàn bộ cơ thể qua cơ quan nào?

① qua tay và chân

② qua bụng

③ qua da

④ qua lưng

6. Bơi lội có những tác dụng gì đối với con người?

① phòng, chống một số bệnh tật, luyện cơ bắp và một số cơ quan nội tạng

② là một môn thể thao phổ biến trên thế giới

③ rèn luyện cho con người có một cơ thể khỏe mạnh và thân hình cân đối

④ Đáp án ① và ③

IV. Chọn ý nghĩa (bên trái) phù hợp với các từ (bên phải)

1. "làm cho đầu óc thoải mái bằng cách nghỉ ngơi hoặc tham gia các hoạt động vui chơi"	GIAO LƯU
2. "luyện tập nhiều để đạt được phẩm chất hay trình độ cao và vững chắc"	HỒI PHỤC
3. "trạng thái cơ thể hay một bộ phận cơ thể hoạt động không bình thường"	RÈN LUYỆN
4. "các cơ quan bên trong ngực và bụng của con người"	GIẢI TRÍ
5, "làm cho trở lại, trở về tình trạng như cũ sau một thời kỳ yếu kém"	BỆNH TẬT
6. "tiếp xúc và trao đổi thông tin qua lại giữa nhiều người với nhau"	NỘI TẠNG

V. Nói theo chủ đề (chuẩn bị ở nhà)

1. Hãy nói về hình thức giải trí mà em thích nhất (350-400 từ)

2. Hãy nói về môn thể thao phổ biến ở Hàn Quốc (350-400 từ)

Bài 7

ẨM THỰC

Chúc quý khách ngon miệng!

NHỮNG CÂU CẦN NHỚ

A

Món ăn này người Hàn gọi là món gì?

Người Hàn gọi món này là *bibimbap*

Tên gọi *bibimbap* xuất phát từ đâu?

Làm món này như thế nào?

Món này làm có khó không?

Nguyên liệu chính gồm những thứ gì?

Làm món này cần những loại gia vị nào?

Anh (chị) có biết làm (nấu) món ăn này không?

B

Chị thấy món này thế nào?

Anh thấy món này có ngon không?

Hương vị của đồ uống này thế nào?

Mùi vị của món ăn này thế nào?

Món này có hợp khẩu vị của anh (chị) không?

Anh (chị) đã thử (ăn) món này bao giờ chưa?

Anh (chị) nên thử (ăn, uống) món này một lần cho biết···

C

Hãy kể tên một số món ăn Việt mà anh (chị) biết?

Người Việt mỗi ngày ăn mấy bữa?

Bữa sáng người Việt thường ăn những gì?

Người Việt thường ăn cơm bằng gì?

Món ăn này có nguồn gốc (xuất xứ) ở đâu?

Theo anh (chị), món ăn truyền thống là gì?

Hãy kể một số món ăn truyền thống ở Hàn Quốc?

Món ăn này đối với người Hàn có ý nghĩa gì?

Thế nào là món ăn đường phố?

Hãy kể một số món ăn đường phố của Hàn Quốc?

Bữa cơm gia đình hiện nay với người Hàn mang những ý nghĩa gì?

TỪ VỰNG 1 (어휘 1)

món (ăn)	음식	**tên gọi**	이름
xuất phát	(出發) 시작하다, 출발하다	**nguyên liệu**	(原料) 원료, 재료
chính	(正) 주요한	**gia vị**	(加味) 양념
hương vị	(香味) 맛	**mùi vị**	냄새, 맛
khẩu vị	(口味) 입맛, 기호	**hợp, phù hợp**	(符合) 부합하다
thử	...해보다	**bữa (ăn, cơm)**	식사
nguồn gốc, xuất xứ	(出處) 기원, 유래	**kể tên**	이름을 말하다
truyền thống	(傳統) 전통	**đường phố**	길거리
ý nghĩa	(意義) 의미	**mang (có)**	가지다

HỘI THOẠI

A

Park: Mỗi ngày người Việt thường ăn mấy bữa, anh Hòa?

Hòa: Thường thì 3 bữa: sáng, trưa và tối. Bữa sáng, người Việt thường ăn nhẹ.

Park: Ăn nhẹ là ăn thế nào, anh?

Hòa: Thì người ta thường ăn xôi, cháo, phở, bún, bánh mì··· hoặc một vài loại bánh ngọt uống với sữa, nước hoa quả, cà phê, ···v.v.

Park: Thế còn 2 bữa chính, người Việt thường ăn những gì ạ?

Hòa: Hai bữa chính thì người Việt vẫn chủ yếu ăn cơm. Bữa ăn gia đình hàng ngày thường gồm hai, ba món: *món mặn* (cá, thịt, trứng luộc, rán hoặc kho) *món rau* (rau sống, rau luộc, rau xào) và *món canh* (canh cá, canh thịt, canh rau) ··· Món không thể thiếu là nước chấm, có thể là bát nước mắm, hoặc tương ···

Park: Nghe nói, hiện nay người Việt vẫn duy trì được bữa cơm (đầy đủ thành viên) gia đình phải không, anh?

Hòa: Ở nông thôn thôi chứ ở thành phố, nhất là thành phố lớn thì khó lắm! Vì mỗi người một hoàn cảnh, một công việc; thời gian làm việc khác nhau nên đợi nhau cùng ăn, đôi khi rất bất tiện! Vả lại, nhu cầu ăn hiện nay không quan trọng như trước đây nữa···, nhất là giới trẻ, nhiều khi nhu cầu mua sắm, vui chơi, giải trí còn quan trọng hơn ăn···

B

Lan: Chị Lee ơi, món ăn này người Hàn gọi là món gì ạ?

Lee: À, món này người Hàn gọi là "*bibimbap*".

Lan: *Bibimbap*, dịch sang tiếng Việt là gì chị?

Lee: *Bibimbap* dịch sang tiếng Việt nghĩa là *cơm trộn*, "*bap*" là "*cơm*", "*bibim*" là "*trộn*"⋯

Lan: À, hóa ra là vậy. Bây giờ tôi mới hiểu⋯
Chị Lee này, làm món "*bibimbap*" có khó không?

Lee: Cũng không khó lắm, vì nguyên liệu để làm món này là những loại thông thường, mà chủ yếu là các loại rau, củ, quả⋯, có thể mua ở chợ hoặc tại các siêu thị⋯

Lan: Chẳng hạn như những loại nguyên liệu nào chị?

Lee: Ví dụ nguyên liệu chính gồm: thịt bò, cơm, trứng, cà rốt, giá đỗ, nấm, rau cải, rong biển, đậu phụ, kim chi, hành tây và một số loại gia vị như: chanh, ớt, tiêu, nước tương, dầu vừng (mè), muối⋯v.v.

Lan: Và, tất cả trộn với nhau là thành "*cơm trộn*" phải không, chị?

Lee: Không, không hẳn như vậy. Đặc trưng của món *Bibimbap* trong ẩm thực Hàn Quốc là sự kết hợp giữa nguyên liệu và gia vị để tạo nên món ăn thơm ngon, màu sắc hài hòa⋯ Sự hấp dẫn của *bibimbap* là có đủ 5 màu: màu trắng của cơm, màu vàng của trứng, màu xanh của rau, màu nâu của thịt, màu đỏ của nước sốt (làm bằng ớt). Chúng được trộn lẫn, hòa quyện với nhau nên người ta còn gọi *Bibimbap* là món ăn của sự gắn kết…

Lan: Vậy thì một hôm nào đó, tôi phải thử mới được!

TỪ VỰNG 2 (어휘 2)

ăn nhẹ	가볍게 먹다	**bữa chính**	정찬
xôi	찹쌀밥	**cháo**	죽
bún	분(쌀국수)	**món rau**	야채로 만든 음식
món mặn	짠 음식	**luộc**	데치다, 삶다
món canh	국	**kho**	자반
rán	튀기다	**xào**	볶다
(rau) sống	생으로(야채)	**nước mắm**	느억맘 소스(생선소스)
nước chấm	소스	**hoàn cảnh**	(環境) 환경
duy trì	(維持) 유지하다	**nhu cầu**	(需求) 수요
bất tiện	(不便) 불편한	**giải trí**	(解智) 레저
giới trẻ	젊은 세대	**hóa ra**	결국은 ...더라
(cơm) trộn	섞다(비빔밥)	**giá đỗ**	숙주
rau củ, quả	야채	**gia vị**	(加味) 양념
rong biển	미역	**dầu vừng (mè)**	참기름
(nước) tương	(醬) 장(간장)	**đặc trưng**	(特徵) 특징
không hẳn	...이지는 않다	**hài hòa**	(諧和) 조화를 이루다
kết hợp	(結合) 결합하다	**trộn lẫn**	섞다
nước sốt	소스	**gắn kết**	접목하다, 붙이다
hòa quyện	엉키다		

LUYỆN NÓI

I. Nói ngắn, gọn theo gợi ý

1. Anh (chị) đã từng học ở Việt Nam. Hãy kể tên những món ăn, đồ uống mà anh chị đã biết, đã từng ăn?

2. Anh (chị) hãy kể về món ăn, đồ uống Việt Nam mà anh (chị) thích nhất? Vì sao thích?

3. Anh (chị) có thể nấu được những món ăn nào? Hãy cho biết những nguyên liệu chính? Có thể mua những nguyên liệu đó ở những đâu?

4. Anh (chị) hãy phân biệt giữa món ăn truyền thống và món ăn đường phố (vỉa hè)

5. "*Ẩm thực là gì? Ẩm thực là một nền văn hóa ăn uống của một dân tộc*" Anh (chị) hiểu ý kiến trên như thế nào?

II. Nói theo ngữ cảnh

Ngữ cảnh 1

Nem rán (chả giò) là một trong những món ăn truyền thống không thể thiếu trong các dịp lễ, tết hoặc trong các bữa cơm sum họp gia đình của người Việt nói chung và người dân miền Bắc nói riêng. Có thể nói nem rán là một món ăn ngon, khá phổ biến và được nhiều người ưa thích. Cách làm nem rán rất đơn giản, ai cũng có thể làm được tại nhà. Nguyên liệu gồm: thịt lợn (loại ba chỉ hoặc vai) tươi, ngon; hành tây, cà rốt (mỗi loại 1 củ); mộc nhĩ, nấm hương (mỗi loại 50g); miến khô (30g); trứng gà (3 quả); giá đỗ, hành lá, hạt tiêu và bánh đa nem. Cách làm: nguyên liệu được rửa sạch, thái nhỏ, để ráo nước (hình 1). Bước 1: trộn nhân nem. Bước 2: Gói nem (hình 2). Bước 3: rán nem (hình 3). Bước 4: pha

nước chấm (hình 4). Tuy nhiên để làm được món nem thơm, ngon, giòn, đủ vị mang nét đặc trưng riêng của người Việt thì không phải ai cũng biết cách làm.

① ② ③ ④

Tiếp tục với:

Ngữ cảnh 2. Hãy chuẩn bị nói về món Kim chi, Hàn Quốc

Ngữ cảnh 3. Hãy nói về món ăn truyền thống của Hàn Quốc

Ngữ cảnh 4. Hãy chuẩn bị và nói về món ăn mà em thích nhất

ĐỌC - HIỂU

I. Đọc bài đọc sau

MÓN ĂN CHAY Ở HUẾ

Không chỉ nổi tiếng với ẩm thực cung đình độc đáo, Huế còn được biết đến là thành phố có truyền thống ăn chay. Dường như không nơi đâu có món chay phong phú, đa dạng và bắt mắt như ở Huế. Từ lâu, ăn chay đã trở thành nét văn hóa ẩm thực thú vị của thành phố này.

Thói quen ăn chay ở Huế được bắt đầu từ hoàng tộc rồi dần dần truyền đến công chúng. Là một trung tâm Phật giáo lớn ở Việt Nam, Huế nổi tiếng là nơi có nhiều chùa chiền và một số lượng lớn tín đồ theo đạo Phật. Theo thống kê, ở Huế hiện có trên 400 ngôi chùa và 230 niệm Phật đường. Do đó, người Huế không những có thói quen ăn chay và nhiều kiểu ăn chay khác nhau (ăn chay trường, ăn chay kỳ và ăn chay tùy thích⋯.) mà mục đích ăn chay của mỗi người cũng khác nhau: có người ăn chay vì tôn giáo, đạo đức, khấn nguyện; có người vì sức khỏe hay chỉ đơn giản là để thay đổi khẩu vị⋯v.v.

Món (ăn) chay ở Huế vô cùng đa dạng, phong phú. Các món chay gọi tên theo cách chế biến, gồm: món **chiên**, món **xào**, món **nộm**, món **súp**...v.v; gọi tên theo nguyên liệu, có: nộm đông cô, chả giò chay, đậu hũ mềm, nấm xào rau củ... Mặc dù được làm từ những nguyên liệu đơn giản, phổ biến có ở khắp nơi như rau, củ, quả, đậu phụ, nấm, mì···v.v, nhưng nhờ bàn tay khéo léo của mình, người Huế đã tạo ra những món chay vô cùng thơm, ngon, khiến người ăn nhớ mãi không quên···.

Ngoài những món chay kể trên, người Huế còn tạo ra những món chay giả mặn, chẳng hạn như *thịt lợn luộc, thịt gà luộc, gà rán, gà bóp, gà xé phay, bánh chưng, bánh canh, bún, phở...v.v*. Chỉ bằng thảo mộc của thiên nhiên, như *phù chúc, đậu phụ, đậu xanh, bánh tráng, nấm…*, mà họ đã tạo ra *"giò lụa", "chả quế", "thịt gà", "nem"*··· Nếu không sành ăn, nhìn qua rất dễ nhầm với một bữa tiệc mặn có đầy đủ các món ăn ngon của Huế. Cái lạ, cái hay và cái ngon ở đây không chỉ ở tài nấu nướng mà còn là sự sáng tạo, tài phô diễn hình thức để có thể *"đánh lừa"* người ăn bằng việc *"mặn hóa"* các món chay giúp những người không thích ăn chay, không theo đạo Phật hoặc không quen ăn chay··· vẫn có thể ăn một cách ngon lành, thoải mái...

Món chay Huế không chỉ thanh đạm, ngon, rẻ, tốt cho sức khỏe mà còn có hình thức hấp dẫn, được bày biện đẹp mắt. Phụ nữ Huế hầu như ai cũng biết nấu món chay. Họ coi nấu món chay là cả một quá trình sáng tạo nghệ thuật.

TỪ VỰNG 3 (어휘 3)

ẩm thực	(飮食) 음식	**cung đình**	(宮庭) 궁전
độc đáo	독특한, 독자적인	**(món) chay**	채식요리
phong phú	(豊富) 풍부한	**bắt mắt**	눈길을 끌다
dường như	...인 것 같다	**hoàng tộc**	(皇族) 황족
truyền (tới, đến)	(...에게) 전하다	**công chúng**	(公众) 대중
chùa chiền	절, 사찰	**tín đồ**	(信徒) 신도
thống kê	(統計) 통계	**niệm Phật đường**	(佛堂) 불당
tùy thích	취향에 따라서	**khẩu vị**	(口味) 입맛, 기호
chế biến	(製變) 가공하다	**nguyên liệu**	(原料) 원료, 재료
chiên	볶다, 튀기다	**xào**	볶다
nộm	샐러드	**khéo léo**	솜씨좋은, 능숙한
giả mặn	베지푸드(vegefood)	**thảo mộc**	(草木) 식물
tiệc mặn	잔치, 연회	**rán**	튀기다
luộc	데치다, 삶다	**bóp**	누르다, 주무르다
xé	찢다	**giò lụa**	져 루어(베트남식 소시지)
phù chúc	건두부	**sành ăn**	입맛이 까다로운
chả quế	짜 꾸에(베트남식 소시지)	**đánh lừa**	속이다
phô diễn	표현하다, 나타내다	**hình thức**	(形式) 형식
thanh đạm	(淸淡) 담백한	**bày biện**	배치하다
hấp dẫn	(吸引) 매력있는		

I. Đọc, hiểu các câu dưới đây, cho biết chúng thuộc đoạn văn nào trong bài đọc

1. Ở Huế có nhiều kiểu ăn chay khác nhau.
2. Tên của các món chay thường được đặt theo tên nguyên liệu hoặc cách chế biến.
3. Phụ nữ Huế hầu như ai cũng biết nấu món chay.
4. Dường như ở Việt Nam món ăn chay Huế là phong phú, đa dạng và bắt mắt nhất.
5. Ở Huế còn nổi tiếng với món chay giả mặn.
6. Mục đích ăn chay của mỗi người cũng khác nhau.
7. Huế là một trong những trung tâm Phật giáo lớn ở Việt Nam.
8. Ăn chay đã trở thành nét văn hóa ẩm thực độc đáo của thành phố Huế.

II. Chọn ý đúng / sai

1. Ở Huế, người ta coi nấu món chay là cả một quá trình sáng tạo nghệ thuật.
2. Tất cả phụ nữ Huế đều biết nấu món chay.
3. Món chay giả mặn là một loại món ăn chay.
4. Người Huế có thói quen ăn chay là vì họ theo Đạo Phật.
5. Cái lạ, cái độc đáo của món chay ở Huế là gồm cả món mặn.
6. Món chay Huế không chỉ thanh đạm, ngon, bổ, rẻ, mà còn rất bắt mắt.

III. Trả lời bằng cách lựa chọn đáp án đúng

1. Bên cạnh nổi tiếng với ẩm thực cung đình, Huế còn được biết đến là thành phố…

① có truyền thống học hành

② có truyền thống ăn chay

③ có truyền thống thể thao

④ có truyền thống võ đạo

2. Thói quen ăn chay của người Huế hiện nay được khởi phát từ đâu?

① hoàng tộc

② công chúng

③ từ công chúng thành thị

④ cả ① và ②

3. Theo bài đọc trên, ở Huế có mấy loại ăn chay?

① có một loại ăn chay

② có hai loại ăn chay

③ có ba loại ăn chay

④ có bốn loại ăn chay

4. Mỗi người có một mục đích ăn chay khác nhau, đó là ________

① vì tôn giáo, đạo đức, khấn nguyện…v.v.

② vì sức khỏe, vì muốn thay đổi khẩu vị, hoặc thử cho biết…v.v.

③ vì sức khỏe, vì muốn thay đổi khẩu vị…v.v.

④ đáp án ① và ③

5. Theo bài đọc, người ta thường đặt tên món ăn chay theo mấy cách?

① hai cách

② ba cách

③ bốn cách

④ năm cách

6. Hãy cho biết ý chính của đoạn 4 trong bài đọc trên?

① nói về một món chay nổi tiếng ở Huế

② nói về những món chay nói chung

③ nói về những món chay "giả mặn" ở Huế

④ nói về những món mặn nói chung

IV. Chọn ý nghĩa (bên trái) phù hợp với các từ (bên phải)

1. "ăn uống giản dị không cầu kì, không đắt tiền"	BẮT MẮT
2. "đông đảo quần chúng nhân dân trong một xã hội"	NGON MIỆNG
3. "am hiểu sâu sắc, có nhiều kinh nghiệm, biết thưởng thức nhiều món ăn"	HƯƠNG VỊ
4. "thu hút, gây được ấn tượng nhờ hình thức bên ngoài"	THỰC ĐƠN
5. "miệng ăn thấy ngon, có cảm giác thích thú cả mùi lẫn vị"	ĐỘC ĐÁO
6. "có nét riêng của mình, không giống những người khác"	THANH ĐẠM
7. "bảng tên món ăn, đồ uống dùng trong bữa tiệc, nhà hàng…"	CÔNG CHÚNG
8. "mùi và vị của đồ ăn hay thức uống"	SÀNH ĂN

V. Nói theo chủ đề (chuẩn bị ở nhà)

1. Hãy nói về một món ăn nổi tiếng (truyền thống) của Hàn Quốc (350 - 400 từ)

2. Hãy nói về món ăn mà em thích nhất (350 - 400 từ)

Bản ghi nhớ

Bài 8

TRANG PHỤC – THỜI TRANG
Bạn có quan tâm đến thời trang không?

NHỮNG CÂU CẦN NHỚ

A

Trang phục (y phục) và thời trang

Anh chị có hay quan tâm đến thời trang không?

Anh (chị) hiểu thế nào là trang phục?

Theo anh (chị) trang phục truyền thống là gì?

Trang phục truyền thống của Hàn Quốc là gì?

Anh (chị) đã từng mặc trang phục truyền thống bao giờ chưa? Vào dịp nào?

Anh (chị) thấy trang phục truyền thống của Hàn Quốc như thế nào?

Người Hàn thường mặc trang phục truyền thống vào những dịp nào?

B

Thời trang và phong cách (gu)

Theo anh (chị) thời trang là thế nào?

Thời trang bao gồm những phụ kiện gì?

Anh (chị) có quan tâm đến thời trang không? Vì sao?

Trang phục và thời trang khác nhau thế nào?

Theo bạn đối tượng nào quan tâm đến thời trang nhiều nhất?

Hiện nay, giới trẻ Hàn Quốc đang theo xu hướng thời trang nào?

Bạn thấy xu hướng thời trang đó thế nào? Có hợp với mình không? Vì sao?

Bạn đã xem chương trình biểu diễn thời trang bao giờ chưa?

Theo bạn thời trang có ảnh hưởng đến đời sống xã hội không? Vì sao?

C

Anh (chị) có hay đi mua sắm không? Vì sao?

Anh (chị) có thích đồ hiệu không? Vì sao?

Bạn có thích ăn mặc đẹp không? Vì sao?

Anh (chị) có thích thời trang không? Vì sao?

Anh (chị) có phải là "tín đồ" của thời trang không? Vì sao?

Gu thời trang hàng ngày của bạn là gì?

Phong cách thời trang của sinh viên Hàn Quốc nói chung thế nào?

TỪ VỰNG 1 (어휘 1)

y phục, trang phục	(衣服) 의복	thời trang	(時裝) 패션
phong cách, gu	(風格) 스타일, 취향	quan tâm	(關心) 관심을 갖다
ảnh hưởng	(影響) 영향을 미치다	phụ kiện	악세서리
biểu diễn	(表演) 공연하다	bao gồm	포함하다
đời sống	생활, 삶	đối tượng	(對象) 대상
hợp, phù hợp	(符合) 어울리다, 부합하다	chương trình	프로그램
xu hướng	(趨向) 취향, 경향	đồ hiệu, hàng hiệu	명품
tín đồ	(信徒) 신자, 신도		

HỘI THOẠI

1

Nhân viên: Xin chào. Anh muốn mua gì?

Anh Park: Tôi muốn mua một cái áo phông.

Nhân viên: Anh thích màu nào?

Anh Park: Tôi thích màu xanh hoặc đỏ

Nhân viên: Anh mặc cỡ bao nhiêu?

Anh Park: Tôi thường mặc cỡ M (trung bình)

Nhân viên: Cỡ anh mặc, hiện chúng tôi có 3 mẫu để anh có thể lựa chọn···

Anh Park: Ồ, tuyệt quá. Nhìn chúng thật đẹp

Nhân viên: Anh có muốn mặc thử không?

Anh Park: Dạ có. Phòng thử ở đâu chị?

Nhân viên: Chúng ở đằng kia. Mời anh!

Anh Park: Xin cám ơn chị

Nhân viên: Dạ, không có gì!

B

Kim: Chị cho em may một chiếc áo dài···

Nhân viên: Vâng, mời em ngồi. Em là người nước nào, vậy?

Kim: Em là người Hàn Quốc. Em là sinh viên. Em muốn may một chiếc áo dài để (làm) kỷ niệm thời gian sống và học tập ở Việt Nam.

Nhân viên: À thế à! Sao em không mua một cái gì đó đơn giản làm kỷ niệm lại đi may áo dài···, vừa tốn tiền vừa mất thời gian?

Kim: À không. Em chọn may áo dài Việt Nam bởi nó vừa là trang phục truyền thống vừa mang đậm đặc trưng văn hóa của Việt Nam. Hơn nữa, các bạn em nói là vóc dáng em mà mặc áo dài thì trông rất duyên dáng và gợi cảm ạ···

Nhân viên: Nhìn vẻ ngoài của em, chị cũng thấy em mặc áo dài chắc chắn sẽ đẹp!

Kim: Dạ, em xin cám ơn chị!

Nhân viên: Em biết không, dù áo dài là trang phục mang tính đại chúng nhưng lại thể hiện được cái riêng của mỗi người qua việc lựa chọn màu sắc, chất liệu vải, kiểu may, họa tiết trang trí··· v.v, phù hợp với đặc điểm hình thể người mặc. Vì vậy, bây giờ em sang phòng bên tham quan các mẫu áo dài của nhà may, sau đó, em chọn mẫu áo dài mà em thấy hợp với em nhất, mang về đây, rồi chị sẽ tư vấn thêm cho em ···

Kim: Dạ vâng ạ. Em xin cám ơn chị nhiều!

TỪ VỰNG 2 (어휘 2)

áo phông	티셔츠	**cỡ (S, M, L)**	사이즈(S, M, L)
mẫu	샘플	**mặc thử**	입어 보다
phòng thử	탈의실	**áo dài**	아오자이
may	바느질하다, 꿰매다	**(làm) kỷ niệm**	(紀念) 기념(하다)
tốn tiền	비용이 들다	**đặc trưng**	(特徵) 특징
vóc dáng	체격, 몸매	**duyên dáng**	매력적인
gợi cảm	섹시하다	**vẻ ngoài**	겉모습, 외형
đại chúng	(大衆) 대중	**cái riêng**	개인적인 것
chất liệu	(質料) 소재, 재료	**vải**	천
kiểu may	바느질	**họa tiết**	무늬
trang trí	(裝置) 장식하다, 꾸미다	**phù hợp**	(符合) 어울리다, 부합하다
hình thể	(形體) 형체, 골격	**tham quan**	(參觀) 구경하다
thợ may	재단사	**tư vấn**	(諮問) 문의하다, 상담하다

LUYỆN NÓI

I. Nói theo mẫu

1. Hãy giải thích ý nghĩa các loại y phục và cho biết chúng thường được mặc vào những dịp nào?

Mẫu

1. Quốc phục

Quốc phục là quần áo từ xưa (truyền thống) truyền lại của một dân tộc, một nước hay một quốc gia. Quốc phục thường được mặc trong những ngày trọng đại (các ngày lễ, ngày hội) của quốc gia, của dân tộc.

Tiếp tục với:

2. Đồng phục

3. Trang phục truyền thống

4. Lễ phục

5. Sắc phục

6. Trang phục thường ngày

7. Quân phục

8. Trang phục thể thao

II. Nói theo ngữ cảnh

1. Hãy đọc, hiểu ngữ cảnh sau:

Mỗi dân tộc trên thế giới đều có y phục truyền thống của dân tộc mình. Y phục là một trong ba nhu cầu thuộc đời sống vật chất (ăn, ở, mặc) của con người. Nhìn vào y phục, người ta có thể nhận biết được người mặc nó thuộc dân tộc, quốc gia nào. Do đó, y phục cũng là một thành tố, một sản phẩm của văn hoá. Người Hàn tự hào về Hanbok, người Nhật nổi tiếng với Kimono, còn phụ nữ Việt được biết đến với chiếc áo dài truyền thống···v.v. Theo một số nghiên cứu, áo dài của phụ nữ Việt Nam bắt nguồn từ áo tứ thân của phụ nữ Kinh cùng một số trang phục của phụ nữ các dân tộc khác.

Theo thời gian, càng ngày áo dài càng được thay đổi và hoàn thiện. Thân áo dài ngày nay bó sát thân người, làm cho những đường cong của cơ thể người phụ nữ hiện lên khá rõ. Hai tà áo dài tới nửa ống chân. Thân áo xẻ hơi cao, nhìn khá "khêu gợi". Tay áo rộng vừa phải, hơi loe. Chiều dài tay áo che kín ba phần tư (¾) cánh tay. Các chi tiết thiết kế áo dài đều thể hiện được cái đẹp trang nhã, kín đáo mà vẫn khỏe khoắn, trẻ trung, mềm mại. Do vậy, áo dài truyền thống vẫn được phụ nữ Việt Nam ưa chuộng và tin dùng.

2 Tiếp tục với:

Ngữ cảnh 1. Chuẩn bị và nói về y phục truyền thống của phụ nữ Hàn Quốc

Ngữ cảnh 2. Chuẩn bị và nói về thường phục mà em thích nhất

Ngữ cảnh 3. Có ý kiến cho rằng "*Trang phục cũng thể hiện phần nào tính cách của người mặc nó*". Theo anh (chị), điều này có đúng không? Vì sao?

ĐỌC - HIỂU

I. Đọc bài đọc sau

Đoạn 1

Tôi học tại một trường đại học lớn trong thành phố. Hàng ngày, tôi nhìn thấy rất nhiều sinh viên ăn mặc với những phong cách thời trang khác nhau. Có thể nói, tất cả họ đều đẹp. Đôi khi, tôi tự hỏi không biết với phong cách ăn mặc đẹp như vậy thì họ phải mất bao nhiêu thời gian cho việc chuẩn bị. Hầu hết các bạn nữ đều thích mặc những chiếc váy vừa hoặc dài đầy nữ tính. Một số bạn khác mặc váy mini hoặc quần short với áo phông trông rất khỏe mạnh. Khi mặc váy vừa và dài, họ thường sử dụng giày cao gót, còn khi họ mặc váy ngắn hoặc quần soóc (short) với áo phông, họ đi giày thể thao hoặc xăng đan. Đối với sinh viên nam, tôi thấy họ thường mặc áo phông với quần jean hoặc áo sơ mi với quần dài kết hợp với giày thể thao. Đôi khi, họ chọn mặc thêm một chiếc áo khoác da với chiếc quần jeans rách, đi một đôi ủng để làm bật lên vẻ nam tính. Quả thật, sân trường đại học của tôi trước giờ vào lớp giống như một buổi trình diễn thời trang vô cùng thú vị ···

Đoạn 2

Thời trang là một chủ đề mà hầu hết phụ nữ đều thích. Mọi người đều nghĩ rằng tất cả quần áo, phụ kiện, nước hoa, giày dép, khăn, mũ··· v.v, chủ yếu là dành cho phụ nữ. Tuy nhiên, trên thực tế, đàn ông cũng đóng một vai trò quan trọng trong ngành công nghiệp thời trang, cả về sản xuất lẫn tiêu thụ. Một số nhà thiết kế thời trang nổi tiếng thế giới như Alexander McQueen, Marc Jacob, Tom Ford, Christian···, đều là đàn ông. Họ chính là những người tạo ra những giấc mơ về trang phục cho tất cả phụ nữ và các cô gái. Hơn nữa, hiện nay chúng ta đều biết trong chương trình biểu diễn thời trang vai trò của các người mẫu nam cũng rất quan trọng, thậm chí đôi khi họ còn chiếm hết sự chú ý của những người mẫu nữ xinh đẹp. Ngoài ra, các sản phẩm thời trang nam cũng hết sức đa dạng, phong phú, xuất hiện ở hầu hết các cửa hàng, không chỉ còn là áo phông với quần jean như trước đây. Đàn ông ngày nay cũng biết cách chăm sóc ngoại hình của mình. Họ cũng mua một số lượng lớn các phụ kiện thời trang không kém gì phụ nữ. Trong tủ của họ cũng đầy các loại quần áo, giày, dép, mũ, khăn, kem, nước hoa···v.v, và có lẽ một ngày nào đó đàn ông sẽ mất nhiều thời gian trang điểm và chọn trang phục hơn phụ nữ···. Tóm lại, trong thời đại ngày nay, thời trang không chỉ dành cho phụ nữ mà còn dành cho cả một nửa của họ nữa···

TỪ VỰNG 3 (어휘 3)

phong cách	(風格) 스타일	**thời trang**	(時裝) 패션
váy (vừa, dài, ngắn)	치마(딱 맞는, 긴, 짧은)	**ăn mặc**	차려입다
quần short	짧은 바지	**áo phông**	티셔츠
(giày, dép) cao gót	굽 높은(구두, 슬리퍼)	**nam tính**	(男性) 남성스러운
nữ tính	(女性) 여성스러운	**rách**	찢어진
(đôi) ủng	부츠, 장화(켤레)	**làm bật lên**	눈에 띄게하다
quả thật	정말로	**trình diễn**	공연하다, 연주하다
chủ đề	(主題) 주제	**phụ kiện**	악세서리
tiêu thụ	(消售) 소비하다	**trang phục**	(裝服) 복장
giấc mơ	꿈	**người mẫu**	모델
chiếm (hết)	(占) (모두)차지하다	**ngoại hình**	(外形) 외모, 외형
không kém gì	못지 않게	**trang điểm**	(粧点) 화장하다, 장식하다
dành (cho)	...을 위한	**nước hoa**	향수

II. Đọc, hiểu các câu dưới đây, cho biết chúng thuộc đoạn văn nào trong bài đọc

1. Hàng ngày, tôi thấy các sinh viên ăn mặc theo nhiều kiểu thời trang khác nhau.
2. Một số nhà thiết kế thời trang nổi tiếng thế giới đều là đàn ông.
3. Đàn ông ngày nay cũng biết cách chăm sóc ngoại hình của mình.
4. Có lẽ một ngày nào đó thời gian trang điểm và chọn trang phục của đàn ông sẽ nhiều hơn phụ nữ.
5. Đa phần các bạn nữ đều thích mặc những chiếc váy vừa hoặc dài đầy nữ tính.
6. Khi mặc váy vừa và dài, các bạn nữ thường sử dụng giày cao gót.
7. Về các nam sinh viên, tôi thấy họ thường mặc áo phông với quần jean.
8. Phần lớn phụ nữ đều thích chủ đề thời trang.

III. Chọn ý đúng / sai

1. Sau khi quan sát sự ăn mặc của sinh viên tại một trường đại học tác giả thấy tất cả phong cách ăn mặc của họ đều đẹp.
2. Thực tế cho thấy, đàn ông đóng vai trò quan trọng trong ngành công nghiệp thời trang.
3. Khi mặc váy vừa và dài, họ thường đi giày thể thao hoặc xăng đan.
4. Đàn ông chính là những người tạo ra những giấc mơ về trang phục cho tất cả phụ nữ và các cô gái.
5. Khi họ mặc váy ngắn hoặc quần soóc (short) với áo phông họ thường sử dụng giày cao gót.
6. Đàn ông ngày nay không biết cách chăm sóc ngoại hình của mình.

III. Trả lời bằng cách lựa chọn đáp án đúng

1. Hàng ngày, tác giả của đoạn văn 1 đã nhìn thấy hiện tượng gì?

① rất nhiều sinh viên ăn chơi với những phong cách khác nhau.

② rất nhiều sinh viên ăn mặc với những phong cách thời trang khác nhau.

③ rất nhiều sinh viên ăn học với những phong cách khác nhau.

④ tất cả sinh viên ăn mặc với những phong cách thời trang khác nhau.

2. Có thể thay thế từ "***Hầu hết***" trong câu "***Hầu hết các bạn nữ đều thích mặc những chiếc váy vừa hoặc dài đầy nữ tính***" bằng:

① Có lẽ

② Phải chăng

③ Hình như

④ Đa số

3. Theo tác giả đoạn 1 các nam sinh viên của trường đại học thường thường mặc những trang phục nào?

① áo phông với quần jean đi giày thể thao

② áo sơ mi với quần dài đi giày thể thao

③ áo phông với quần dài kết hợp với giày thể thao

④ đáp án ① và ②

4. Các nam sinh viên đôi khi mặc thêm ________________ để làm nổi bật vẻ nam tính.

① một chiếc áo khoác da với chiếc quần bò rách

② chiếc quần jean rách cùng một đôi ủng

③ đi một đôi ủng

④ đáp án ① và ③

5. Theo nhận xét của tác giả ở đoạn văn 2, “ngày nay tất cả quần áo, phụ kiện, nước hoa, giày dép, mũ, kem… v.v, ________________”

① vẫn chủ yếu là dành cho phụ nữ.

② vẫn dành cho phụ nữ là chủ yếu

③ không còn là độc quyền của phụ nữ nữa

④ không thể không dành cho phụ nữ

6. Tác giả của đoạn văn 2 đã đưa ra dự đoán gì?
Về có lẽ một ngày nào đó ….

① đàn ông sẽ mất thời gian trang điểm và chọn trang phục kém hơn phụ nữ

② thời gian trang điểm và chọn trang phục của đàn ông sẽ ít hơn phụ nữ

③ phụ nữ sẽ mất nhiều thời gian trang điểm và chọn trang phục hơn đàn ông

④ đàn ông sẽ mất nhiều thời gian trang điểm và chọn trang phục hơn phụ nữ

7. Nội dung chính của đoạn văn 1 là gì?

① Thời trang của nữ sinh viên tại một trường đại học

② Thời trang của nam sinh viên tại một trường đại học

③ Quan sát của một sinh viên về thời trang nam nữ sinh viên đại học hiện nay.

④ Đáp án ① và ②

8. Nội dung chính của đoạn văn 2 là gì?

① Thời trang là một chủ đề hầu như chỉ dành cho phụ nữ

② Không chỉ phụ nữ, ngày nay thời trang còn dành cho cả nam giới nữa

③ Nam giới rất bất bình khi thời trang chỉ dành cho phụ nữ

④ Nam giới có vai trò quan trọng trong việc làm đẹp của phụ nữ

IV. Chọn ý nghĩa (bên trái) phù hợp với các từ (bên phải)

1. "cách ăn mặc, trang điểm phổ biến trong xã hội vào một thời điểm nào đó"	NỮ TRANG
2. "những cách, kiểu, lối sinh hoạt, ăn mặc, làm việc, hoạt động···, tạo nên nét riêng của 1 người hay một nhóm người nào đó"	THIẾT KẾ
3. "những đồ trang sức của phụ nữ"	SÁNG TẠO
4. "mang tính chất, đặc điểm của nam giới"	NGƯỜI MẪU
5, "không ổn định, không yên ổn"	THỜI TRANG
6. "người làm mẫu để vẽ, chụp ảnh, trình diễn các mốt quần áo···"	PHONG CÁCH
7. "tạo ra cái mới mà trước đó chưa có ai làm"	BẤT ỔN
8. "vẽ mẫu (quần, áo, nhà, cửa···) để theo đó mà làm, thực hiện"	NAM TÍNH

V. Nói theo chủ đề (chuẩn bị ở nhà)

1. Nói về một loại trang phục truyền thống nổi tiếng của Hàn Quốc (350 - 400 từ)

2. Nói về thời trang của thế hệ trẻ Hàn Quốc hiện nay (350 - 400 từ)

Bản ghi nhớ

Bài 9

CÔNG NGHỆ THÔNG TIN – INTERNET

Bạn có hay truy cập Internet không?

NHỮNG CÂU CẦN NHỚ

A

Công nghệ thông tin và Internet

Thời đại ngày nay là thời đại công nghệ thông tin và Internet

Chúng ta sẽ làm gì nếu không có công nghệ?

Công nghệ hữu ích với cuộc sống của bạn như thế nào?

Công nghệ mang lại cho tôi một cuộc sống vui vẻ và dễ chịu hơn.

Công nghệ đã cải thiện cuộc sống của tôi rất nhiều.

Bạn có sử dụng điện thoại thông minh không?

Bạn thường dùng điện thoại thông minh để làm gì?

Tôi dùng điện thoại không chỉ để gọi mà còn để chụp ảnh và truy cập Internet.

Tôi chỉ dùng như phương tiện liên lạc nghe gọi và nhắn tin thôi.

B

Vào Internet (mạng)

Truy cập Internet (mạng)

Kết nối Internet (mạng)

Ở đây có Wi-fi không?

Mật khẩu thế nào?

Bạn có thường xuyên truy cập Internet không?

Bạn có chơi Facebook không?

Tôi thường dùng Facebook để liên lạc với bạn bè.

Internet sẽ tác động lên xã hội như thế nào?

Mạng xã hội sẽ tác động lên cuộc sống hàng ngày của chúng ta như thế nào?

Đặc điểm của các mạng xã hội là có tính tương tác.

Vai trò của công nghệ thông tin và Internet là gì?

C

Ngày nay, nhiều người sử dụng mạng xã hội, còn bạn thì sao?

Hãy cho biết những mặt tích cực (tốt) của mạng xã hội?

Hãy cho biết những mặt tiêu cực (xấu, trái) của mạng xã hội?

Chính phủ có thể làm gì để đảm bảo thông tin an toàn, bảo mật?

Liệu có mối đe doạ nghiêm trọng tiềm ẩn nào cho chính phủ hay không?

TỪ VỰNG 1 (어휘 1)

công nghệ	(工藝) 기술	**thông tin**	(通信) 정보, 통신
thời đại	(時代) 시대	**hữu ích**	(有益) 유익한, 유용한
cải thiện	(改善) 개선하다	**mang lại (đến)**	가져오다
điện thoại thông minh	(電話聰明) 스마트폰	**truy cập**	접속하다
liên lạc	(联络) 연락하다	**kết nối**	연결하다
mật khẩu	(密口) 비밀번호	**tác động**	(作動) 작동하다
mạng xã hội	(罔 社會) 소셜 네트워크	**tương tác**	(相作) 상호작용하다
mặt tích cực	(積極) 긍정적인 측면	**mặt tiêu cực**	(消極) 부정적인 측면
đảm bảo	(擔保) 보장하다	**bảo mật**	(保密) 비밀을 지키다
liệu	고려하다, 가정하다	**đe dọa**	위협하다
nghiêm trọng	(严重) 심각한, 엄중한	**tiềm ẩn**	(潛隱) 보이지 않는

HỘI THOẠI

Lee: Chào Park, bây giờ cậu có bận không? Mình muốn (làm) phiền cậu một chút···

Park: Ồ không sao, có chuyện gì vậy?

Lee: Máy tính của mình đang bị trục trặc. Cậu là kỹ sư trong lĩnh vực này. Mình nghĩ cậu có thể giúp được ···

Park: Mình hiểu rồi. Máy tính của cậu bị làm sao?

Lee: Máy tính của mình không mở được file ···

Park: Đó là file gì vậy?

Lee: Đó là một file Word. Mình đang cần mở nó vì ngày mai phải hoàn thành ···

Park: Thế, cậu đã từng mở được nó trước đây chưa?

Lee: Thì mấy hôm nay mình vẫn làm việc với nó mà. Ngay tối qua vẫn mở bình thường nhưng sáng nay thì không tài nào mở được··

Park: Cậu có thấy máy tính thông báo bị virus không?

Lee: Không, mình đã kiểm tra và không hề có···

Park:	Vậy thì mình cũng chưa biết nó bị lỗi gì. Nếu được, cậu gửi tập tin (file) qua mail cho mình để mình xem có mở nó được không?
Lee:	OK, giờ tớ đang ở ngoài, tí nữa về nhà tớ gửi luôn. Tối nay, cậu có ở nhà không?
Park:	Có, nhưng sau 8h tối. Nhớ gửi file ngay cho mình nhé!
Lee:	Ừ, cảm ơn cậu!

E

Cô giáo: Em có dùng điện thoại thông minh không?

Sinh viên: Dạ có, cô ạ!

Cô giáo: Em thấy dùng điện thoại thông minh thế nào?

Sinh viên: Dạ, em thấy rất tốt và rất hữu ích ạ!

Cô giáo: Nó hữu ích thế nào, em? Em có thể nói rõ hơn được không?

Sinh viên: Dạ, bên cạnh chức năng cơ bản là nghe, gọi, nhắn tin thông thường, điện thoại thông minh còn có nhiều chức năng, nhiều ứng dụng công nghệ mới···, nhất là khi được kết nối với internet ạ. Chẳng hạn, qua điện thoại thông minh, người ta có thể tìm kiếm và biết được mọi thông tin, sự kiện diễn ra khắp nơi trên thế giới; rồi khi kết nối với các loại dịch vụ, người ta có thể tiến hành các hoạt động giao dịch, như trao đổi, liên hệ, mua, bán···, qua online; và khi cần có thể lưu giữ thông tin bằng văn bản, ghi âm, bằng hình ảnh, bằng vi deo···v.v. Tóm lại là, rất rất nhiều tiện ích, em không thể kể hết được ạ···

Cô giáo: Thế em có chơi *Facebook* không?

Sinh viên: Dạ, có. Em là một tín đồ của Facebook. Cuộc sống của em không thể thiếu Facebook được, cô ạ.

Cô giáo: Người ta cũng nói nhiều đến những mặt tích cực và những mặt hạn chế của Facebook. Em có đồng ý với những đánh giá đó không?

Sinh viên: Em hoàn toàn đồng ý ạ! Cái gì cũng vậy vừa có mặt tốt vừa có mặt không tốt, có đúng vậy không cô?

Cô giáo: Đúng. Tôi cũng hoàn toàn đồng ý với em!

TỪ VỰNG 2 (어휘 2)

(làm) phiền	방해하다	**trục trặc**	불안정한
lĩnh vực	(領域) 영역, 분야	**tập tin**	파일
hữu ích	(有益) 유익한, 유용한	**chức năng**	(職能) 기능
ứng dụng	(應用) 응용하다	**kết nối**	연결하다
sự kiện	(事件) 사건	**thông tin**	(通信) 정보, 통신
dịch vụ	서비스	**tiến hành**	(進行) 진행하다
giao dịch	(交易) 거래하다	**trao đổi**	교환하다
liên hệ	(聯繫) 연락하다	**lưu giữ**	보관하다
văn bản	(文本) 문서	**ghi âm**	녹음하다
hình ảnh	(形影) 이미지, 사진	**kể**	이야기하다
tiện ích	(便益) 편리한	**tín đồ**	(信徒) 신도
tích cực	(積極) 적극적인	**hạn chế**	(限制) 제한하다
đánh giá	평가하다	**hoàn toàn**	(完全) 완전히

LUYỆN NÓI

I. Nói theo mẫu. Trả lời "có" và "không" cho các câu hỏi dưới đây

Mẫu

1. Bạn có sử dụng điện thoại thông minh không?

Và dùng nó để làm những gì?

A: **Có**. Tôi luôn luôn sử dụng điện thoại thông minh. Tôi dùng nó không chỉ để gọi - nghe và nhắn tin mà còn để chụp ảnh và truy cập Internet.

B: **Không**, tôi không có smartphone mà chỉ có một cái điện thoại bình thường. Tôi thường sử dụng điện thoại để nghe – gọi và nhắn tin thôi.

Tiếp tục với:

2. Bạn có thích thiết bị (đồ) công nghệ không?

Và ở nhà bạn có những thiết bị (đồ) công nghệ nào?

A:

B:

3. Bạn thấy các thiết bị công nghệ có hữu ích không?

Và hãy cho biết những hữu ích đó?

A:

B:

4. Đối với bạn, thiết bị công nghệ nào là không thể thiếu được? Và vì sao?

A:

B:

5. Bạn có sử dụng mạng xã hội không? Vì sao?

A:

B:

6. Theo bạn, mạng xã hội có những tác động tích cực và tiêu cực nào đối với cuộc sống?

A:

B:

I. Nói theo ngữ cảnh

1. Những gợi ý dưới đây về "*vai trò của Internet*"

- Mở rộng hiểu biết cho con người
- Kết nối rộng rãi với mọi người
- Mang lại nhiều công việc mới cho mọi người
- Cung cấp hình thức giải trí đa dạng

2. Tập nói một đoạn ngắn về "*vai trò của Internet*".

Mẫu:

Ngày nay, Internet đã trở thành một phần quan trọng trong cuộc sống con người. Nó đang ngày càng mang lại cho con người nhiều lợi ích thiết thực. Vai trò đầu tiên của Internet là **mở rộng hiểu biết con người**. Người ta nói rằng, hệ thống mạng internet là một kho lưu trữ kiến thức về mọi lĩnh vực, hết sức đa dạng và phong phú. Chúng ta có thể tìm kiếm bất cứ tri thức và thông tin gì trên Internet.

Vai trò thứ hai của Internet là **kết nối rộng rãi với mọi người** qua các ứng dụng như Facebook, Zalo, Skype··· Nhờ mạng Internet mà chúng ta có thể kết bạn với mọi người dù họ đang ở đâu trên khắp đất nước và thế giới. Còn vai trò thứ ba của Internet là nó **mang lại nhiều công việc mới cho mọi người**. Bên cạnh việc ứng dụng Internet vào lao động, sản xuất, việc bán hàng online là một ví dụ. Với một chiếc máy tính hoặc smartphone kết nối với mạng internet rất nhiều bạn trẻ đã thành công với việc kinh doanh các mặt hàng như thời trang quần áo, thực phẩm, mỹ phẩm, giày dép, túi xách, ··· Một vai trò nữa của Internet, đó chính là nó **cung cấp nhiều hình thức giải trí đa dạng**. Nhiều trò chơi (game), chương trình giải trí độc đáo luôn được cập nhật trên Internet. Nếu bạn thích nghe nhạc, xem phim, đọc báo···, khi rảnh rỗi hoặc cần thư giãn lúc mệt mỏi thì bạn chỉ vào mạng Internet là sẽ được đáp ứng ngay···

3. Bạn tiếp tục đọc hiểu các gợi ý dưới đây và tập nói về lợi ích của Internet

Gợi ý 1. Đối với học sinh, sinh viên

- Tìm kiếm, tải và lưu trữ tài liệu học tập từ khắp nơi trên thế giới
- Trao đổi tài liệu và học tập với các bạn ở nhiều quốc gia khác nhau
- Có thể luyện thi trên các trang web
- Giúp các bạn giải trí sau giờ học
- Hỗ trợ tìm kiếm việc làm online, tăng thêm thu nhập

Tập nói:

Gợi ý 2. Đối với các doanh nghiệp

- Tăng thêm các mối quan hệ kinh doanh-
- Hỗ trợ kinh doanh online giữa các nước với nhau
- Trao đổi công việc và gửi các văn bản, hợp đồng online giữa các công ty
- Giúp quảng bá hình ảnh công ty với các quốc gia với chi phí thấp

Tập nói:

Gợi ý 3. Đối với cuộc sống thường ngày

- Đọc báo, xem tin tức online
- Lướt Facebook, xem phim, nghe nhạc trực tuyến
- Gửi nhận email, tìm kiếm thông tin trên mạng (online)
- Mua bán, học tập, thậm chí chữa bệnh qua mạng (online)
- Và rất nhiều lợi ích khác tùy theo nhu cầu của mỗi người

Tập nói:

ĐỌC - HIỂU

I. Đọc bài đọc sau

Đoạn 1

Ra đời vào năm 1973, điện thoại di động (smartphone) được coi là một trong những phát minh quan trọng nhất trong lịch sử nhân loại. Sự ra đời của thiết bị thông minh này đã làm thay đổi tích cực mọi mặt của cuộc sống chúng ta. Và đặc biệt, trong thời đại công nghệ khoa học phát triển nhanh, sự ảnh hưởng to lớn của điện thoại di động tới đời sống mỗi người **là không thể phủ nhận**. Bên cạnh chức năng cơ bản là nghe, gọi, nhắn tin thông thường, điện thoại di động ngày nay được cập nhật nhiều chức năng, ứng dụng mới thoả mãn nhu cầu của mọi khách hàng. Dưới đây là đoạn văn viết về tác dụng của điện thoại di động, mời các bạn cùng tham khảo···

Đoạn 2

Trong thời đại ngày nay, các thiết bị điện tử tiện ích ngày càng trở nên phổ biến. Một trong số đó là điện thoại di động. Thiết bị này đã dần trở thành một phần quan trọng trong cuộc sống con người bởi những lợi ích to lớn mà nó mang lại. Vai trò của điện thoại di động trước hết là cung cấp thông tin. Khi đã kết nối với Internet, người sử dụng điện thoại di động có thể tìm kiếm những tin tức mới nhất, những sự kiện đang diễn ra khắp nơi trên thế giới···. Không chỉ mang đến nhiều thông tin, nó còn đóng vai trò như một công cụ lưu giữ hữu ích. Ảnh, vi deo, ghi âm hay cả văn bản, ···v.v, đều có thể lưu giữ trong thiết bị này. Ví dụ, trong lớp khi bạn không kịp nghe hay chép bài, bạn có thể ghi âm bài giảng để nghe lại và hiểu rõ hơn vào lúc khác. Hơn thế nữa, một chức năng quan trọng của điện thoại di động khiến cho nó ngày càng trở nên hấp dẫn hơn trong thời đại ngày nay chính là phương tiện giải trí. Nó cung cấp trò chơi (game) và hướng dẫn cách chơi cho mọi người, giới thiệu những bản nhạc hay, cung cấp những ca khúc mới hay khuyến khích mọi người đọc sách, truyện online··· v.v. **Không dừng lại ở đó**, điện thoại ngày nay vẫn đang tiếp tục được nâng cấp để trở thành một thiết bị đa năng, phục vụ con người ở nhiều lĩnh vực khác nhau. Hầu hết điện thoại di động được cài đặt GPS (thiết bị định vị toàn cầu - *Global Positioning System*) và ứng dụng bản đồ, cho phép chúng ta biết mình đang ở đâu và hướng dẫn chúng ta tìm đường tới những địa điểm cần đến···. Tóm lại, có thể thấy, điện thoại di động là một trong những phát minh vĩ đại nhất của nhân loại. Nó không chỉ đáp ứng nhu cầu về giao tiếp, trao đổi thông tin và giải trí mà còn mang lại nhiều chức năng hữu ích khác giúp cho cuộc sống con người ngày một dễ dàng và thuận tiện hơn.

TỪ VỰNG 3 (어휘 3)

- **di động** (移动) 이동하는
- **phát minh** (發明) 발명하다
- **thiết bị** (設備) 설비
- **thời đại** (時代) 시대
- **cập nhật** (及日) 업데이트하다
- **ứng dụng** (應用) 어플, 앱
- **điện tử** (電子) 전자
- **cung cấp** (供給) 공급하다
- **công cụ** (工具) 도구, 공구
- **văn bản** (文本) 문서
- **không kịp** 제때 하지못하다
- **trò chơi** 놀이
- **ca khúc** (歌曲) 노래
- **nâng cấp** 향상시키다
- **cài đặt** 설치하다
- **giao tiếp** (交接) 의사소통하다
- **thông minh** (聰明) 똑똑한, 현명한
- **nhân loại** (人類) 인류
- **công nghệ** (工藝) 기술
- **chức năng** (職能) 기능
- **thỏa mãn** (妥滿) 만족하다
- **tham khảo** (参考) 참고하다
- **tiện ích** (便益) 편리한
- **kết nối** 연결하다
- **lưu giữ** 보관하다
- **ghi âm** 녹음하다
- **hơn thế nữa** 더군다나
- **cách chơi** 노는 방법
- **khuyến khích** (勸激) 장려하다, 격려하다
- **đa năng** (多能) 다능
- **đáp ứng** (答應) 부응하다, 응답하다

II. Đọc, hiểu các câu dưới đây, cho biết chúng thuộc đoạn văn nào trong bài đọc

1. Vai trò của điện thoại di động trước hết là cung cấp thông tin.

2. Điện thoại di động là một trong những phát minh vĩ đại nhất của nhân loại.

3. Không chỉ mang đến nhiều thông tin, smartphone còn đóng vai trò như một công cụ lưu giữ hữu ích.

4. Hầu hết điện thoại di động được cài đặt GPS.

5. Sự ra đời của smartphone đã làm thay đổi mọi mặt của cuộc sống chúng ta một cách tích cực.

6. Trong thời đại khoa học công nghệ, sự ảnh hưởng của điện thoại di động đối với đời sống mỗi người là không thể phủ nhận.

7. Một chức năng quan trọng của điện thoại di động khiến cho nó ngày càng trở nên hấp dẫn hơn trong thời đại ngày nay chính là phương tiện giải trí.

8. Ngày nay, điện thoại di động vẫn đang tiếp tục được nâng cấp để trở thành một thiết bị đa năng, phục vụ con người ở nhiều lĩnh vực khác nhau.

III. Chọn ý đúng / sai

1. Điện thoại di động được ra đời vào năm 1972.

2. Chính chức năng làm phương tiện giải trí đã làm cho smartphone ngày càng trở nên hấp dẫn hơn.

3. Trong thời đại ngày nay, nói rằng điện thoại di động có ảnh hưởng to lớn tới đời sống mỗi người là hoàn toàn không chính xác.

4. Điện thoại di động được coi là một trong những phát minh quan trọng nhất trong lịch sử nhân loại.

5. Smartphone chỉ có chức năng giao tiếp, trao đổi thông tin và giải trí của con người mà thôi.

6. Người sử dụng smartphone có thể biết mình đang ở đâu và dễ dàng tìm đường tới những địa điểm cần đến nếu cài đặt ứng dụng bản đồ.

7. Có thể nói, hiện nay điện thoại di động đang được cải tiến, nâng cấp hàng ngày nhằm hướng đến một thiết bị đa năng phục vụ đời sống của con người.

8. Chức năng cơ bản của điện thoại di động là nghe, gọi, nhắn tin thông thường.

IV. Trả lời bằng cách lựa chọn đáp án đúng

1. Vì sao smartphone được coi là một trong những phát minh quan trọng nhất trong lịch sử nhân loại?

① vì nó đã làm thay đổi mọi mặt của cuộc sống con người

② vì nó đã làm thay đổi một cách tích cực mọi mặt của cuộc sống con người

③ vì nó đã làm thay đổi một cách tiêu cực mọi mặt của cuộc sống con người

④ vì nó đã làm thay đổi một cách rõ rệt cuộc sống con người

2. Chọn 1 cụm từ gần nghĩa dưới đây thay thế cụm từ in đậm, gạch dưới trong câu "***... trong thời đại công nghệ khoa học phát triển nhanh, sự ảnh hưởng to lớn của điện thoại di động tới đời sống mỗi người là không thể phủ nhận.***"

① là không thể khẳng định

② là hoàn toàn phủ định

③ là chắc chắn nhất định

④ là hết sức rõ ràng

3. Chức năng quan trọng nào của smartphone làm cho nó càng ngày càng hấp dẫn hơn?

① Đó là phương tiện lưu giữ

② Đó là phương tiện giải trí

③ Đó là phương tiện cung cấp thông tin

④ Đó là phương tiện trao đổi thông tin

4. Thiết bị định vị toàn cầu (GPS) hỗ trợ chúng ta điều gì?

① cho chúng ta biết đang ở đâu

② giúp chúng ta tìm đến những nơi cần đến

③ giúp chúng ta trao đổi thông tin

④ đáp án ① và ②

5. Chọn 1 cụm từ gần nghĩa dưới đây thay thế cụm từ in đậm, gạch dưới trong câu "***Không dừng lại ở đó**, điện thoại ngày nay vẫn đang tiếp tục được nâng cấp để trở thành một thiết bị đa năng, phục vụ con người ở nhiều lĩnh vực khác nhau.*"

① Không nên như vậy

② Không cần như vậy

③ Không muốn như vậy

④ Không chỉ có như vậy

6. Theo em, trong tương lai điện thoại di động sẽ trở thành loại phương tiện …

① khả năng

② đa năng

③ kỹ năng

④ chức năng

7. Ý chính của đoạn một là gì?

① Năm ra đời của điện thoại di động

② Khái quát về điện thoại di động

③ Chức năng của điện thoại di động

④ Đáp án ① và ③

8. Ý chính của đoạn 2 nói về ________________.

① Lịch sử của điện thoại di động.

② Sự phát minh ra điện thoại di động.

③ Vai trò của điện thoại di động.

④ Điện thoại di động là một thiết bị công nghệ.

V. Chọn ý nghĩa (bên trái) phù hợp với các từ (bên phải)

1. "gây ra những điều xấu, không tốt đối với con người và xã hội"	LỢI ÍCH
2. "toàn bộ máy móc, dụng cụ kĩ thuật, đồ đạc,···cần thiết cho một hoạt động nào đó"	ĐA NĂNG
3. "mang đến những điều tốt, có giá trị cho con người và xã hội"	TRUY CẬP
4. "là hành động vào một mạng internet hoặc web nào đó nhằm thu thập thông tin cần thiết"	PHÁT MINH
5, "làm được nhiều việc và có nhiều chức năng khác nhau"	TÁC HẠI
6. "tìm đọc thêm tài liệu, nghe và xem xét thêm ý kiên liên quan để hiểu biết rõ hơn về vấn đề"	CÀI ĐẶT
7. "tìm hoặc chế tạo ra một cái gì đó có ý nghĩa, giá trị lớn cho khoa học, cho sự tiến bộ của loài người"	THIẾT BỊ
8. "đưa một ứng dụng, chương trình hoặc phần mềm (software) vào máy tính để sử dụng"	THAM KHẢO

VI. Nói theo chủ đề (chuẩn bị ở nhà)

1. Hãy nói về vai trò của Internet (350-400 từ)

2. Hãy nói về tác động tích cực và tiêu cực của mạng xã hội (350-400 từ)

3. Hãy nói về một thiết bị công nghệ mà em thích nhất (350-400 từ)

Bản ghi nhớ

Bài 10

HỢP TÁC – ĐẦU TƯ
Hợp tác và đầu tư giữa Việt Nam - Hàn Quốc

NHỮNG CÂU CẦN NHỚ

A

Hợp tác và đầu tư

Tình hình hợp tác và đầu tư giữa Hàn Quốc và Việt Nam ngày càng phát triển.

Hiệp định Mậu dịch Tự do

Hiệp định Mậu dịch Tự do Việt - Hàn (FTA) có hiệu lực cuối năm 2015.

Hiệp định Thương mại tự do song phương và đa phương

Việt Nam và Hàn Quốc đã ký nhiều thỏa thuận song phương và đa phương.

Tổ chức Thương mại Thế giới (WTO)

Việt Nam là một thành viên chính thức của Tổ chức Thương mại Thế giới (WTO)

Việt Nam và Hàn Quốc đã thiết lập quan hệ ngoại giao từ năm 1992.

B

Việt Nam và Hàn Quốc là 2 nước có nhiều điểm tương đồng

Cơ quan Xúc tiến Thương mại và Đầu tư Hàn Quốc (KOTRA)

Hàn Quốc hiện là nhà đầu tư nước ngoài lớn nhất ở Việt Nam.

Tổng vốn đầu tư trực tiếp (FDI) đến 7/2018 là khoảng 65 tỷ USD.

Từ 1992 đến nay Hàn Quốc đã đầu tư vào Việt Nam khoảng 7.080 dự án.

Việt Nam hiện là đối tác thương mại lớn thứ 4 của Hàn Quốc

Hàn Quốc là bạn hàng thương mại lớn thứ 2 của Việt Nam.

Năm 2018, kim ngạch thương mại hai nước đạt khoảng 68,3 tỷ USD.

Quy mô trao đổi thương mại giữa hai nước ngày càng tăng nhanh.

Mục tiêu cuối năm 2020 đạt kim ngạch thương mại 100 tỷ USD.

C

Hiện có khoảng 170 nghìn người Việt Nam đang sinh sống và làm việc tại Hàn Quốc.

Và khoảng 150 nghìn người Hàn Quốc đang kinh doanh và cư trú tại Việt Nam.

Hiện nay có khoảng 46.000 sinh viên Việt Nam đang học tại Hàn Quốc.

Ẩm thực và thời trang của Hàn Quốc đã ảnh hưởng không nhỏ tới Việt Nam.

Các món ăn Việt cũng trở nên gần gũi hơn và được người Hàn ưa thích.

Ước tính, có hơn 900 nhà hàng Việt Nam tại Hàn Quốc.

Tổng lượng khách qua lại 2 bên năm 2018 là khoảng 4 triệu lượt người.

Hàn Quốc hiện đã cấp visa nhiều lần trong 5 năm cho người Việt Nam.

TỪ VỰNG 1 (어휘 1)

hợp tác	(合作) 협력하다	**đầu tư**	(投資) 투자하다
hiệp định	(協定) 협정	**mậu dịch**	(貿易) 무역
(có) hiệu lực	(效力) 효력(있다)	**thương mại**	(商賣) 무역
song phương	(雙方) 쌍방의	**đa phương**	(多方) 다방의
thỏa thuận	(妥順) 협정	**tổ chức**	(組織) 조직
thành viên	(成員) 구성원	**xúc tiến**	(促進) 촉진하다
tổng	(總) 총	**vốn (đầu tư)**	(투자) 자본
dự án	(豫案) 계획, 프로젝트	**thiết lập**	(設立) 설립하다
tương đồng	(相同) 서로 비슷한	**điểm, nét**	(点) 점
bạn hàng	동업자	**kim ngạch**	총금액
đối tác	파트너	**đạt**	달성하다
qui mô	(規模) 규모	**cư trú**	(居住) 거주하다
ước tính	추산하다, 추측하다	**tổng lượng**	(總量) 총량
lượt	차례, 회	**cấp (visa)**	(給) (비자) 발급하다

HỘI THOẠI

A

Lâm: Anh Park, anh sang Việt Nam bao giờ thế?

Park: Ô, anh Lâm, tôi sang được mấy hôm rồi, nhưng nhiều việc quá nên chưa gọi điện hỏi thăm anh được···. Thế, dạo này anh có khỏe không? Gia đình và các cháu thế nào?

Lâm: Cám ơn anh. Tôi và gia đình vẫn bình thường, còn anh thế nào? Công việc đã ổn định chưa?

Park: Dạ, ổn rồi anh ạ. Sau mấy tháng học nghiệp vụ và làm quen với công việc, bây giờ giám đốc giao cho tôi phụ trách mảng quan hệ với khách hàng và marketing của công ty···

Lâm: Vậy thì tốt quá rồi, còn gì nữa!

Park: Dạ vâng, nhưng đôi khi cũng hơi áp lực vì công việc, nhất là phải đi công tác quá nhiều. Hai tháng nay, lần này là lần thứ 6 tôi sang Việt Nam. Mục đích chủ yếu là tìm hiểu nhu cầu của khách hàng và khảo sát thị trường, từ Hà Nội cho đến Huế, Đà Nẵng rồi thành phố Hồ Chí Minh, Cần Thơ···v.v. Mỗi nơi từ 3 đến 5 ngày, có khi cả tuần. Công việc này

	được đi nhiều nơi, tiếp xúc với nhiều người, nói tiếng Việt cả ngày…. Thật ra thì cũng hay nhưng đôi khi cũng hơi mệt…
Lâm:	Thảo nào, **mới** mấy tháng không gặp **mà** tiếng Việt của anh bây giờ khác hẳn…

B

Lee:	Anh Bắc này, muốn tìm hiểu tình hình kinh tế Việt Nam thì cần đọc những báo nào, hở anh?
Bắc:	Nói chung, tình hình kinh tế Việt Nam thì báo nào cũng đăng cả nhưng chỉ có mấy tờ như "*Thời báo kinh tế*", báo "*Đầu tư*", báo "*Doanh nghiệp*" và báo "*Giá cả thị trường*" là những tờ báo chuyên về kinh tế thôi. Ngoài báo giấy ra còn có các báo điện tử (online), các tạp chí chuyên ngành của cả trung ương lẫn địa phương, như: *Kinh tế đô thị, Kinh tế nông thôn, Kinh doanh tiếp thị, Tài chính, Ngân hàng, Đầu tư chứng khoán, Kinh tế và dự báo, VnEconomy, Nhịp cầu đầu tư, Sài Gòn Times, Cafe F, Cafe Biz, Giá vàng* …v.v.
Lee:	Cafe F, Cafe Biz là gì, hở anh?
Bắc:	À, đó là hai trang thông tin điện tử (online) về kinh tế thuộc loại "top" hay của Việt Nam, được giới doanh nghiệp đặc biệt quan tâm….

Lee: Cụ thể là hay như thế nào ạ?

Bắc: *Cafe F* là trang tin (cổng) điện tử dành cho những người đam mê thị trường chứng khoán và bất động sản. Cổng điện từ này cập nhật thông tin nhanh về tình hình biến động của các mã chứng khoán, danh mục đầu tư bất động sản có tiềm năng. Báo cáo và phân tích về tình hình kinh doanh của doanh nghiệp rất chi tiết, số liệu thống kê xác thực.

Lee: Thế còn Cafe Biz?

Bắc: **Khác với** *Cafe F*, *Cafe Biz* là cổng thông tin về kinh tế và doanh nghiệp. Tại trang báo này sẽ cập nhật những câu chuyện kinh doanh, tin tức biến động về kinh tế, về tình hình kinh doanh của các doanh nghiệp cùng nhiều bài báo phân tích, đánh giá những vấn đề tồn đọng trong nền kinh tế hiện nay và những dự báo trong tương lai…

TỪ VỰNG 2 (어휘 2)

ổn (định)	(穩) 안정된	**nghiệp vụ**	(業務) 업무
giao (cho)	...에게 맡기다	**phụ trách**	(負責) 담당하다
mảng (lĩnh vực)	부문(영역)	**áp lực**	(壓力) 압력
nhu cầu	(需求) 수요	**khảo sát**	(考察) 조사하다
thảo nào	어쩐지	**(khác) hẳn**	완전히(다른)
đăng, đưa (tin tức)	(소식) 올리다, 전하다	**thời báo**	(時報) 시보
báo giấy	종이 신문	**chuyên ngành**	전공
đô thị	(都市) 도시	**tiếp thị**	마케팅
trang (thông) tin	사이트	**loại "top"**	높은 위치
điện tử	(電子) 전자	**giới (doanh nghiệp)**	(介) 업계
dành cho	...을 위한	**đam mê**	...에 빠지다
chứng khoán	(證卷) 증권	**bất động sản**	(不動産) 부동산
mã (chứng khoán)	(증권) 코드	**danh mục**	(名目) 리스트, 목록
(có) tiềm năng	(潛能) 잠재력(있다)	**chi tiết**	(枝節) 상세한, 자세한
biến động	(變動) 변동하다	**phân tích**	(分析) 분석하다
số liệu	(數料) 데이터	**thống kê**	(統計) 통계
đánh giá	평가하다	**tồn đọng**	밀리다, 쌓이다
dự báo	(豫報) 예측, 예상	**xác thực**	(確實) 확실한

LUYỆN NÓI

I Dựa vào các hội thoại, lựa chọn, lựa chọn đáp án đúng

1. Theo hội thoại A, khi mới vào công ty, anh Park phải ______

① học nghiệp vụ và làm quen với công việc

② làm quen với công việc đến mức thành thạo

③ gặp gỡ mọi người trong công ty

2. Theo hội thoại A, anh Park được giao phụ trách những công việc gì?

① quan hệ với khách hàng và marketing của công ty

② khảo sát khách hàng tại Việt Nam

③ tìm hiểu thị trường Việt Nam

3. Theo hội thoại A, tiếng Việt của anh Park tốt lên là vì ______.

① được đi nhiều nơi ở Việt Nam

② tiếp xúc với nhiều người Việt Nam bằng tiếng Việt

③ cả ① và ②

4. Theo hội thoại B, ở Việt Nam có mấy tờ báo chuyên về kinh tế?

① ba tờ báo

② bốn tờ báo

③ năm tờ

5. Theo hội thoại B, Cafe F, là ______.

① trang tin điện tử cho những ai quan tâm đến bất động sản

② trang tin điện tử cho những ai quan tâm đến chứng khoán và bất động sản

③ trang tin điện tử cho những ai quan tâm về kinh tế và doanh nghiệp

6. Theo hội thoại B, Cafe Biz là ______.

① cổng thông tin về kinh tế và doanh nghiệp

② cổng thông tin về chứng khoán

③ cổng thông tin về bất động sản

II. Nói theo mẫu

Mẫu 1

Cafe F - chứng khoán – Cafe Biz - doanh nghiệp

- **Cafe F** là cổng thông tin về chứng khoán

- **Khác với** Cafe F, **Cafe Biz** là cổng thông tin về doanh nghiệp

Tiếp tục với:

1. Ông ấy – nhà văn – bà ấy – nhà báo

2. Tôi - thích ăn ở nhà – em tôi – thích ăn ở ngoài

3. Các sinh viên ấy – thích học ở thành phố Hồ Chí Minh – chúng tôi – học ở Hà Nội

4. Anh Park – công chức – tôi – làm việc tự do

5. Công ty của anh Lee – sản xuất – công ty anh Park – công ty thương mại

6. Công ty chị Kim - xuất, nhập khẩu - công ty tôi - du lịch

Mẫu 1

- Thầy giáo giải thích **rất lâu**, (sau đó) chúng tôi hiểu (được).

→ - Thầy giáo giải thích **mãi**, chúng tôi **mới** hiểu (được).

1. Chúng tôi đợi chị ấy **rất lâu** sau đó chị ấy mới đến.

2. Đêm qua, (anh ấy) xem bóng đá **đến 2 giờ sáng** sau đó anh ấy đi ngủ.

3. Ông ấy nhắc đi nhắc lại **nhiều lần**, sau đó bà ấy hiểu ra.

4. Họ hẹn gặp chúng tôi **rất lâu rồi**, hôm qua họ đã đến (gặp).

5. Tôi gọi điện cho anh tôi **nhiều ngày rồi**, hôm qua anh ấy đã trả lời.

6. Tôi tìm quyển sách này **lâu rồi**, chiều qua đã tìm được.

III. Nói theo ngữ cảnh

Ngữ cảnh: ***Theo suy nghĩ của em, các doanh nghiệp Hàn Quốc khi đầu tư vào Việt Nam sẽ gặp những thuận lợi và khó khăn gì?***

1. Em thấy, các doanh nghiệp Hàn Quốc khi đầu tư vào Việt Nam sẽ vừa gặp thuận lợi vừa gặp khó khăn. Sau đây là những **thuận lợi**:

Một là,

Hai là,

Ba là,

Cuối cùng là,

2 Theo (ý kiến của) em, các doanh nghiệp Hàn Quốc khi đầu tư vào Việt Nam sẽ vừa gặp thuận lợi vừa gặp khó khăn. Dưới đây là những **khó khăn** mà các doanh nghiệp Hàn Quốc thường gặp phải:

Thứ nhất là,

Thứ hai là,

Thứ ba là,

Cuối cùng là,

ĐỌC - HIỂU

I. Đọc bài đọc sau

Kể từ khi thiết lập quan hệ ngoại giao chính thức năm 1992, mối quan hệ Việt Nam và Hàn Quốc đã và đang phát triển nhanh trong tất cả các lĩnh vực, không chỉ về chính trị, kinh tế, an ninh - quốc phòng mà còn trong những lĩnh vực xã hội, văn hóa, giáo dục, khoa học và công nghệ. Hàn Quốc hiện là nhà đầu tư nước ngoài lớn nhất ở Việt Nam với tổng vốn đầu tư trực tiếp (FDI) tính đến tháng 7/2018 là khoảng 65 tỷ USD gồm 7.080 dự án. Vốn đầu tư Hàn Quốc đã và đang góp phần không nhỏ vào sự tăng trưởng kinh tế nhanh và quá trình công nghiệp hóa - hiện đại hóa của Việt Nam trong những năm qua và trong thời gian tới.

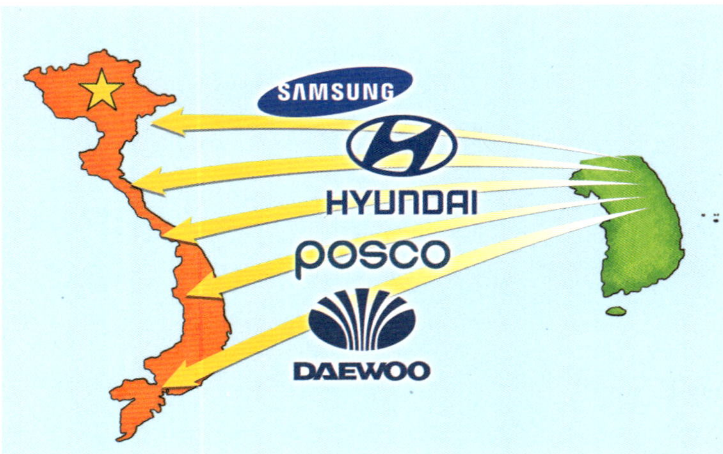

Theo cơ quan Xúc tiến Thương mại và Đầu tư Hàn Quốc (KOTRA), các doanh nghiệp Hàn Quốc đầu tư vào Việt Nam với chiến lược rất bài bản. Đầu tư của Hàn Quốc vào Việt Nam có thể chia thành 3 giai đoạn. Giai đoạn thứ nhất bắt đầu năm 1992 với sự có mặt của các tập đoàn xây dựng lớn như Posco, Daewoo··· Họ xuất hiện ở Việt Nam như những người đi tiên phong. Giai đoạn thứ hai vào đầu những năm 2000 sau khi Việt Nam - Mỹ ký Hiệp định Thương mại tự do song phương và Việt Nam tham gia Tổ chức Thương mại Thế giới (WTO), các nhà đầu tư dệt may Hàn Quốc ồ ạt sang Việt Nam. Và giai đoạn thứ ba là sự xuất hiện của những nhà đầu tư tầm cỡ thế giới như Tập đoàn Samsung đầu tư vào những lĩnh vực cốt yếu: sản xuất các thiết bị điện - điện tử, năng lượng, sản xuất ô tô, xây dựng, bất động sản, hàng tiêu dùng….

Theo các chuyên gia kinh tế, các nhà đầu tư Hàn Quốc đã tới Việt Nam bởi nhiều lý do. Thứ nhất, Việt Nam có nguồn lao động giá rẻ dồi dào, có kỹ năng và được các doanh nghiệp Hàn Quốc đánh giá là cần cù, chịu khó. Thứ hai, các nhà đầu tư Hàn Quốc bị hấp dẫn bởi chính thị trường tiêu dùng Việt Nam với hơn 96,6 triệu dân nhất là tầng lớp trung lưu trẻ tuổi đang ngày càng tăng. Thứ ba, so với các nền kinh tế đang nổi của các nước trong khu vực, Việt Nam có sự ổn định về chính trị vững chắc. Thứ tư, các chính quyền Hàn Quốc trước đến nay đều có chính sách "Hướng Nam", chú trọng phát triển quan hệ với Ấn Độ và khu vực Đông Nam Á, đặc biệt là Việt Nam để bớt lệ thuộc vào các đối tác thương mại truyền thống như Mỹ và Trung Quốc. Thứ năm, là nhờ những chính sách mở cửa của Việt Nam với nhiều cải cách về thủ tục hành chính và ưu đãi thuế quan. Thứ sáu, nhiều nhà đầu tư Hàn Quốc đã và đang chuyển vốn từ Trung Quốc sang Việt Nam do quan hệ giữa Hàn Quốc và Trung Quốc gần đây có những bất đồng··· Thứ bảy, do tác động từ Hiệp định Mậu dịch Tự do Việt - Hàn (FTA) có hiệu lực cuối năm 2015 cũng như nhiều thỏa thuận song phương và đa phương khác mà Việt Nam đã ký hay đang đàm phán ···v.v. Một điều dễ nhận thấy nữa là Việt Nam có một lợi thế về địa lý sẽ giúp các doanh nghiệp Hàn Quốc tiếp cận dễ dàng vào thị trường các nước trong khu vực Đông Nam Á. Và cuối cùng, một lý do cũng không kém phần quan trọng, đó là sự tương đồng về văn hóa giữa hai nước, giúp các nhà đầu tư Hàn Quốc thích nghi nhanh với môi trường sống và làm việc tại Việt Nam.

Với những kết quả trong hợp tác kinh tế - đầu tư giữa hai nước những năm qua, dự đoán trong những năm tới, các doanh nghiệp Hàn Quốc sẽ tiếp tục đầu tư vào Việt Nam với số lượng nhiều hơn. Số vốn đầu tư của Hàn Quốc vào Việt Nam chắc chắn sẽ tăng nhanh, nhất là khi nhiều địa phương Việt Nam đã tổ chức các chuyến đi xúc tiến đầu tư, giới thiệu tiềm năng của mình với các nhà đầu tư Hàn Quốc. Cuộc cách mạng công nghiệp 4.0 đang cận kề, giai đoạn đầu tư thứ ba giữa Hàn Quốc và Việt Nam sẽ càng mạnh mẽ, chất lượng và hiệu quả, góp phần củng cố, phát triển quan hệ hữu nghị, hợp tác chiến lược toàn diện giữa hai nước lên tầm cao mới.

Phỏng theo ***Mạnh Hùng*** *(TTXVN tại Hàn Quốc)*

TỪ VỰNG 3 (어휘 3)

kể từ khi	...할 때부터	thiết lập	(設立) 설립하다
lĩnh vực	(領域) 분야	chính thức	(正式) 공식적인
an ninh	(安寧) 안보	quốc phòng	(國防) 국방
tổng	(總) 총	vốn (đầu tư)	(투자) 자본
tính đến	...까지	dự án	(預案) 계획, 프로젝트
góp phần	공헌하다	tăng trưởng	(增長) 성장하다
công nghiệp hóa	(工業化) 공업화	xúc tiến	(促進) 촉진하다
chiến lược	(戰略) 전략	bài bản	제대로
tập đoàn	(集團) 그룹, 집단	tiên phong	(先鋒) 선두에 서다
song phương	(雙方) 쌍방의	dệt may	직물
ồ ạt	무리지어서, 떼지어	tầm cỡ	수준있는, 정상의
cốt yếu	(骨要) 주된, 중요한	thiết bị	(設備) 설비
bất động sản	(不動產) 부동산	hàng tiêu dùng	생필품
nguồn lao động	(源勞動) 노동력	dồi dào	풍부한
kỹ năng	(技能) 기능, 재능	tiêu dùng	(消用) 소비하다
tầng lớp	계층, 계급	trung lưu	(中流) 중산, 중류
bớt, giảm	(減) 줄이다, 감소하다	đối tác	파트너
cải cách	(改革) 개혁하다	ưu đãi	(優待) 우대
chuyển vốn	(轉) 자본을 옮기다	bất đồng	(不同) 불일치한
hiệu lực	(效力) 효력	thỏa thuận	(妥順) 협정
đàm phán	(談判) 담판하다, 협상하다	tiếp cận	(接近) 접근하다
tương đồng	(相同) 서로 비슷한	thích nghi	(適宜) 적응하다
dự đoán	(預斷) 예견하다	tiềm năng	(潛能) 잠재력
cận kề	근접한, 임박한	củng cố	(鞏固) 다지다, 굳히다
toàn diện	(全面) 전면적인	tầm cao mới	한층 더

I. Đọc, hiểu các câu dưới đây, cho biết chúng thuộc đoạn văn nào trong bài đọc

1. Đầu tư của Hàn Quốc vào Việt Nam có thể chia thành 3 giai đoạn.
2. Số vốn đầu tư của Hàn Quốc vào Việt Nam chắc chắn sẽ tăng nhanh trong thời gian tới.
3. Việt Nam và Hàn Quốc chính thức thiết lập quan hệ ngoại giao năm 1992.
4. Giai đoạn thứ hai vào đầu những năm 2000 với việc các nhà đầu tư dệt may Hàn Quốc ồ ạt sang Việt Nam.
5. Lý do thứ ba là so với các nền kinh tế đang nổi của các nước trong khu vực, Việt Nam có sự ổn định về chính trị vững chắc.
6. Giai đoạn đầu tư thứ ba giữa Hàn Quốc và Việt Nam chắc chắn sẽ càng mạnh mẽ, chất lượng và hiệu quả
7. Hiện nay, Hàn Quốc là nhà đầu tư nước ngoài lớn nhất ở Việt Nam.
8. Lý do cuối cùng, cũng rất quan trọng là giữa Hàn Quốc và Việt Nam có sự tương đồng về văn hóa.

II. Chọn ý đúng / sai

1. Các chính quyền Hàn Quốc trước đến nay đều có chính sách "hướng Nam", chú trọng phát triển quan hệ với Ấn Độ và khu vực Đông Nam Á,
2. Một trong những lý do Hàn Quốc tăng cường đầu tư vào Việt Nam là lợi thế địa lý của Việt Nam sẽ giúp các doanh nghiệp Hàn Quốc dễ dàng tiếp cận vào thị trường các nước Đông Nam Á.
3. Kể từ năm 1975, mối quan hệ Việt Nam và Hàn Quốc càng ngày càng phát triển nhanh trong tất cả các lĩnh vực.

4. Cơ quan Xúc tiến Thương mại và Đầu tư Hàn Quốc được viết tắt là KOTRA.

5. Hiện nay, Hàn Quốc là một trong những nhà đầu tư nước ngoài lớn nhất ở Việt Nam.

6. Các tập đoàn xây dựng lớn của Hàn Quốc: Posco, Daewoo···, được coi như những người đi tiên phong trong quá trình đầu tư của Hàn Quốc vào Việt Nam.

7. Quá trình đầu tư của Hàn Quốc vào Việt Nam có thể chia làm 4 giai đoạn.

8. Một nguyên nhân thúc đẩy đầu tư Hàn Quốc – Việt Nam phát triển là do tác động của Hiệp định Mậu dịch Tự do Việt - Hàn (FTA) có hiệu lực cuối năm 2015 và nhiều thỏa thuận song phương và đa phương khác mà Việt Nam đã ký với Hàn Quốc.

II. Trả lời bằng cách lựa chọn đáp án đúng

1. Việt Nam và Hàn Quốc chính thức thiết lập quan hệ ngoại giao vào năm nào?

① vào năm 1967

② vào năm 1975

③ vào năm 1992

④ vào năm 1965

2. Vốn đầu tư của Hàn Quốc có vai trò như thế nào đối với sự phát triển kinh tế Việt Nam từ trước đến nay?

① góp một phần không nhỏ

② góp một phần rất nhỏ

③ góp một phần không đáng kể

④ góp một phần rất nhỏ, không đáng kể.

3. Lý do hiện nay có nhiều nhà đầu tư Hàn Quốc đã và đang chuyển vốn từ Trung Quốc sang Việt Nam?

① do quan hệ giữa Hàn Quốc và Việt Nam gần đây tốt hơn

② do quan hệ giữa Hàn Quốc và Trung Quốc gần đây có những bất đồng

③ do quan hệ giữa Hàn Quốc và các nước Đông Nam Á gần đây tốt hơn

④ do quan hệ giữa Việt Nam và các nước Đông Nam Á gần đây mở hơn

4. Theo bài viết, có mấy lý do thúc đẩy các nhà đầu tư Hàn Quốc tới Việt Nam?

① bởi 7 lý do

② bởi 8 lý do

③ bởi 9 lý do

④ bởi 10 lý do

5. Trong các lý do, em hãy cho biết lý do nào đã làm hấp dẫn các nhà đầu tư Hàn Quốc tới Việt Nam?

① thị trường tiêu dùng Việt Nam với hơn 96,6 triệu dân

② Việt Nam là nước có sự ổn định về chính trị vững chắc.

③ tầng lớp trung lưu trẻ tuổi đang ngày càng tăng

④ đáp án ① & ③

6. Theo em hiểu thì hiện nay sự đầu tư của các doanh nghiệp Hàn Quốc vào Việt Nam đang ở giai đoạn thứ mấy?

① giai đoạn thứ hai

② giai đoạn thứ ba

③ giai đoạn thứ tư

④ giai đoạn thứ năm

7. Hãy cho biết ý chính của đoạn 2 trong bài đọc?

① Về thời điểm thiết lập quan hệ Việt Nam và Hàn Quốc

② Về các lý do Hàn Quốc đầu tư vào Việt Nam

③ Về các giai đoạn đầu tư của Hàn Quốc vào Việt Nam

④ Về cơ quan Xúc tiến Thương mại và Đầu tư Hàn Quốc (KOTRA)

8. Hãy chọn tên đặt cho đoạn 3 của bài đọc trên

① Các nhà đầu tư Hàn Quốc lại chọn Việt Nam với những lý do sau:

② Các nhà đầu tư Hàn Quốc không thể không chọn Việt Nam.

③ Vì sao các nhà đầu tư Hàn Quốc lại chọn Việt Nam?

④ Các nhà đầu tư Hàn Quốc lại chọn Việt Nam là vì:

IV. Chọn ý nghĩa (bên trái) phù hợp với các từ (bên phải)

1. "trao đổi, mua bán trong kinh doanh"
2. "nơi, khu vực diễn ra các hoạt động thương mại"
3. "ngày đầu tiên mở cửa để bắt đầu hoạt động kinh doanh"
4. "tập trung sức lực, thời gian, tiền bạc vào một công việc gì đó nhằm đạt kết quả tốt hoặc mang lại hiệu quả kinh tế"
5. "thuế đánh vào hàng hóa xuất nhập khẩu"
6. "tiền bạc bỏ ra lúc đầu dùng để sản xuất kinh doanh sinh lời"
7. "làm cho công việc, hoạt động tiến triển mạnh hơn, nhanh hơn"
8. "sau khi gặp gỡ và bàn bạc, cuối cùng các bên đồng ý với nhau về một nội dung hay một điều gì đó"

- ĐẦU TƯ
- THUẾ QUAN
- VỐN (LIẾNG)
- XÚC TIẾN
- THỎA THUẬN
- GIAO DỊCH
- THỊ TRƯỜNG
- KHAI TRƯƠNG

V. Nói theo chủ đề (chuẩn bị ở nhà) từ 350 - 400 từ

1. Nói về những thuận lợi của các doanh nghiêp Hàn Quốc khi đầu tư vào Việt Nam.
2. Nói về những khó khăn của các doanh nghiêp Hàn Quốc khi đầu tư vào Việt Nam.

정답

Bài 01

Luyện nói

I. 2, 2, 3, 2, 1, 3
II. 3, 1, 2, 3, 1, 2
III. 2, 2, 1, 1, 2, 2
IV. 1, 2, 1, 3, 3, 1
V. 3, 1, 1, 2, 3, 3

Đọc hiểu

II. Đ, Đ, Đ, S, Đ, Đ, Đ

Bài 02

Luyện nói

I. 2, 1, 3, 3, 3, 3
II. 3, 2, 3, 1, 1, 3
III. 2, 1, 2, 2, 2, 3

Đọc hiểu

III. 2, 3, 2, 2, 3, 3
IV. 3, 2, 3, 3, 3, 3

Bài 03

Luyện nói

I. 1, 2, 3, 1, 3, 1
II. 3, 3, 1, 1, 3, 3

Đọc hiểu

III. 2, 1, 1, 3, 3, 2

Bài 04

Luyện nói

I. 1, 2, 2, 1, 3, 3
V. 2, 2, 3, 3, 2, 3

Đọc hiểu

II. Đ, S, Đ, Đ, Đ, S, Đ, Đ

Bài 05

Luyện nói

I. 2, 1, 3, 1, 2, 3

II. 1, 3, 2, 1, 1, 1

III. 3, 2, 2, 3, 2, 3

Đọc hiểu

III. 3, 3, 1, 2, 1, 3

Bài 06

Đọc hiểU

I. đoạn 1, đoạn 2, đoạn 1, đoạn 2, đoạn 1, đoạn 2

II. Đ, S, Đ, Đ, S, S

III. 1, 2, 1, 3, 3, 4

Bài 07

Đọc hiểu

I. đoạn 2, đoạn 3, đoạn 5, đoạn 1, đoạn 4, đoạn 2, đoạn 2, đoạn 1

II. Đ, S, Đ, S, S, Đ

III. 2, 1, 3, 4, 1, 3

Bài 08

Đọc hiểu

I. đoạn 1, đoạn 2, đoạn 2, đoạn 2, đoạn 1, đoạn 1, đoạn 1, đoạn 1

II. Đ, Đ, S, Đ, S, S

III. 2, 4, 4, 4, 3, 4, 3, 2

Bài 09

Đọc hiểu

II. đoạn 2, đoạn 1, đoạn 2, đoạn 2, đoạn 1, đoạn 1, đoạn 2, đoạn 2

III. S, Đ, S, Đ, S, S, Đ, S

IV. 2, 4, 2, 4, 4, 2, 2, 3

Bài 10

Luyện nói

I. 1, 1, 3, 2, 2, 1

Đọc hiểu

I. đoạn 2, đoạn 2, đoạn 1, đoạn 2, đoạn 3, đoạn 4, đoạn 1, đoạn 3

II. Đ, Đ, S, Đ, S, Đ, S, Đ

III. 3, 1, 2, 2, 4, 2, 3, 3

베트남어 연습 ❸

초판 인쇄 2020년 2월 22일
초판 발행 2020년 2월 29일

지은이 송정남 · 응우옌 반툭 · 응우옌 티퉈 · 박연관
발행인 김인철
총괄·기획 윤성우 Director, University Knowledge Press
편집장 신선호 Executive Knowledge Contents Creator
기획·물류 이현진 Planning Expert
사전·도서편집 정준희 Contents Creator
전자책·도서편집 장혜린 Contents Creator
도서편집 이병철 Contents Creator
이근영 Contents Creator
재무관리 하누리 Managing Creator
발행처 한국외국어대학교 지식출판콘텐츠원
02450 서울특별시 동대문구 이문로 107
전화 02)2173-2493~7
팩스 02)2173-3363
홈페이지 http:/ / press.hufs.ac.kr
전자우편 press@hufs.ac.kr
출판등록 제6-6호(1969. 4. 30)
디자인·편집 (주)이환디앤비 02)2254-4301
인쇄·제본 (주)케이프린텍 053)313-3673

ISBN 979-11-5901-493-2 13730 정가 27,000원

*잘못된 책은 교환하여 드립니다.

HUiNE은 한국외국어대학교 지식출판콘텐츠원의 어학도서, 사회과학도서, 지역학 도서 Sub Brand이다. 한국외대의 영문명인 HUFS, 현명한 국제전문가 양성(International +Intelligent)의 의미를 담고 있으며, 휴인(携引)의 뜻인 '이끌다, 끌고 나가다'라는 의미처럼 출판계를 이끄는 리더로서, 혁신의 이미지를 담고 있다.